Eiríks Saga Rauða

Translations and Icelandic Text

VolundR Lars Agnarsson

ISBN: 1481241915
ISBN-13: 978-1481241915

DEDICATION

This Book is dedicated to those who call themselves Tru, their children, ancestors, and the Gods and Goddesses of the Asa-Faith. Holde Hold, Odin Inspire.

CONTENTS

ACKNOWLEDGMENTS

The 1880, English, translation by J. Sephton is provided from the original 'Eiríḱs Saga Rauða', The Story of Erik the Red. Icelandic and Old Norse versions follow as a learning tool for those wishing to study Icelandic or Old Norse and their similarities.

THE STORY OF ERIK THE RED

Chapter 1

Olaf, who was called Olaf the White, was styled a warrior king. He was the son of King Ingjald, the son of Helgi, the son of Olaf, the son of Gudred, the son of Halfdan Whiteleg, king of the Uplands (in Norway).

He led a harrying expedition of sea-rovers into the west, and conquered Dublin, in Ireland, and Dublinshire, over which he made himself king. He married Aud the Deep-minded, daughter of Ketil Flatnose, son of Bjorn the Ungartered, a noble man from Norway. Their son was named Thorstein the Red.

Olaf fell in battle in Ireland, and then Aud and Thorstein went into the Sudreyjar (the Hebrides). There Thorstein married Thorid, daughter of Eyvind the Easterling, sister of Helgi the Lean; and they had many children.

Thorstein became a warrior king, and formed an alliance with Earl Sigurd the Great, son of Eystein the Rattler. They conquered Caithness, Sutherland, Ross, and Moray, and more than half Scotland. Over these Thorstein was king until the Scots plotted against him, and he fell there in battle.

Aud was in Caithness when she heard of Thorstein's death. Then she caused a merchant-ship to be secretly built in the wood, and when she was ready, directed her course out into the Orkneys. There she gave in marriage Thorstein the Red's daughter, Gro, who became mother of Grelad, whom Earl Thorfinn, the Skullcleaver, married.

Afterwards Aud set out to seek Iceland, having twenty free men in her ship. Aud came to Iceland, and passed the first winter in Bjarnarhofn (Bjornshaven) with her brother Bjorn. Afterwards she occupied all the Dale country between the Dogurdara (day-meal river) and the Skraumuhlaupsa (river of the giantess's leap), and dwelt at Hvamm. She had prayer meetings at Krossholar (Crosshills), where she caused crosses to be erected, for she was baptised and deeply devoted to the faith. There came with her to Iceland many men worthy of honour, who had been taken captive in sea-roving expeditions to the west, and who were called bondmen.

One of these was named Vifil; he was a man of high family, and had been taken captive beyond the western main, and was also called a bondman before Aud set him free. And when Aud granted dwellings to her ship's company, Vifil asked why she gave no abode to him like unto the others. Aud replied, "That it was of no moment to him, for," she said, "he would be esteemed in whatever place he was, as one worthy of honour." She gave him Vifilsdalr (Vifilsdale), and he dwelt there and married. His sons were Thorbjorn and Thorgeir, promising men, and they grew up in their father's house.

Chapter 2

There was a man named Thorvald, the son of Asvald, the son of Ulf, the son of Yxna-Thoris. His son was named Eirik. Father and son removed from Jadar (in Norway) to Iceland, because of manslaughters, and occupied land in Hornstrandir, and dwelt at Drangar.

There Thorvald died, and Eirik then married Thjodhild, daughter of Jorund, the son of Atli, and of Thorbjorg the Ship-breasted, whom afterwards Thorbjorn, of the Haukadalr (Hawkdale) family, married; he it was who dwelt at Eiriksstadr after Eirik removed from the north. It is near Vatzhorn.

Then did Eirik's thralls cause a landslip on the estate of Valthjof, at Valthjofsstadr. Eyjolf the Foul, his kinsman, slew the thralls beside Skeidsbrekkur (slopes of the race-course), above Vatzhorn. In return Eirik slew Eyjolf the Foul; he slew also Hrafn the Dueller, at Leikskalar (playbooths). Gerstein, and Odd of Jorfi, kinsman of Eyjolf, were found willing to follow up his death by a legal prosecution; and then was Eirik banished from Haukadalr.

He occupied then Brokey and Eyxney, and dwelt at Tradir, in Sudrey, the first winter. At this time did he lend to Thorgest pillars for seat-stocks, Afterwards Eirik removed into Eyxney, and dwelt at Eiriksstadr. He then claimed his pillars, and got them not. Then went Eirik and fetched the pillars from Breidabolstadr, and Thorgest went after him. They fought at a short distance from the hay-yard at Drangar, and there fell two sons of Thorgest, and some other men.

After that they both kept a large body of men together. Styr gave assistance to Eirik, as also did Eyjolf, of Sviney, Thorbjorn Vifilsson, and the sons of Thorbrand, of Alptafjordr (Swanfirth). But the sons of Thord Gellir, as also Thorgeir, of Hitardalr (Hotdale), Aslak, of Langadalr (Longdale), and Illugi, his son, gave assistance to Thorgest.

Eirik and his people were outlawed at Thorsnes Thing. He prepared a ship in Eiriksvagr (creek), and Eyjolf concealed him in Dimunarvagr while Thorgest and his people sought him among the islands. Eirik said to his people that he purposed to seek for the land which Gunnbjorn, the son of Ulf the Crow, saw when he was driven westwards over the ocean, and discovered Gunnbjarnarsker (Gunnbjorn's rock or skerry). He promised that he would return to visit his friends if he found the land. Thorbjorn, and Eyjolf, and Styr accompanied Eirik beyond the islands. They separated in the most friendly manner, Eirik saying that he would be of the like assistance to them, if he should be able so to be, and they should happen to need him.

Then he sailed oceanwards under Snæfellsjokull (snow mountain glacier), and arrived at the glacier called Blaserkr (Blue-shirt); thence he journeyed south to see if there were any inhabitants of the country.

He passed the first winter at Eiriksey, near the middle, of the Vestribygd (western settlement). The following spring he proceeded to Eiriksfjordr, and fixed his abode there. During the summer he proceeded into the unpeopled districts in the west, and was there a long time, giving names to the places far and wide. The second winter he passed in Eiriksholmar (isles), off Hvarfsgnupr (peak of disappearance, Cape Farewell); and the third summer he went altogether northwards, to Snæfell and into Hrafnsfjordr (Ravensfirth); considering then that he had come to the head of Eiriksfjordr, he turned back, and passed the third winter in Eiriksey, before the mouth of Eiriksfjordr.

Now, afterwards, during the summer, he proceeded to Iceland, and came to Breidafjordr (Broadfirth). This winter he was with Ingolf, at Holmlatr (Island-litter). During the spring, Thorgest and he fought, and Eirik met with defeat. After that they were reconciled. In the summer Eirik went to live in the land which he had discovered, and which he called Greenland, "Because," said he, "men will desire much the more to go there if the land has a good name."

Chapter 3

Thorgeir Vifilsson married, and took to wife Arnora, daughter of Einar, from Laugarbrekka (the slope of the hot spring), the son of Sigmund, the eon of Ketil-Thistil, who had occupied Thistilsfjordr.

The second daughter of Einar was named Hallveig. Thorbjorn Vifilsson took her to wife, and received with her the land of Laugarbrekka, at Hellisvollr (the cave-hill). To that spot Thorbjorn removed his abode, and became great and worshipful. He was the temple-priest, and had a magnificent estate. Thorbjorn's daughter was Gudrid, the fairest of women, and of peerless nobility in all her conduct.

There was a man named Orm, who dwelt at Arnarstapi (eagle-rock), and he had a wife who was named Halldis. He was a well-to-do franklin, a great friend of Thorbjorn, and Gudrid lived at his house as his foster-child for a long time.

There was a man named Thorgeir, who dwelt at Thorgeirsfjall (fell). He was mighty rich in cattle, and had been made a freedman. He had a son, whose name was Einar, a handsome man, well mannered, and a great dandy. Einar, at this time, was a travelling merchant, sailing from land to land with great success; and he always passed his winter either in Iceland or in Norway.

Now after this, I have to tell how that one autumn, when Einar was in Iceland, he proceeded with his wares along Snæfellsnes, with the object of selling; he came to Arnarstapi; Orm invited him to stay there, and Einar accepted his invitation, because there was friendship between him and Orm's people, and his wares were earned into a certain outhouse. There he unpacked his merchandise, showed it to Orm and the housemen, and bade Orm take therefrom such things as he would. Orm accepted the offer, and pronounced Einar to be a goodly gallant traveller, and a great favourite of fortune. When now they were busy with the wares, a woman passed before the door of the outhouse.

Einar inquired of Orm who that fair woman might be, passing before the door. "I have not seen her here before," said he.

"That is Gudrid, my foster-child," said Orm, "daughter of Thorbjorn the franklin, from Laugarbrekka."

"She must be a good match," said Einar; "surely she has not been without suitors who have made proposals for her, has she?"

Orm answered, "Proposals have certainly been made, friend, but this treasure is not to be had for the picking up; it is found that she will be particular in her choice, as well as also her father."

"Well, in spite of that," quoth Einar, "she is the woman whom I have it in my mind to propose for, and I wish that in this suit of mine you approach her father on my part, and apply yourself to plead diligently for me, for which I shall pay you in return a perfect friendship. The franklin, Thorbjorn, may reflect that our families would be suitably joined in the bonds of affinity; for he is a man in a position of great honour, and owns a fine abode, but his personal property, I am told, is greatly on the decrease; neither I nor my father lack lands or personal property; and if this alliance should be brought about, the greatest assistance would accrue to Thorbjorn."

Then answered Orm, "Of a surety I consider myself to be thy friend, and yet am I not willing to bring forward this suit, for Thorbjorn is of a proud mind, and withal a very ambitious man."

Einar replied that he desired no other thing than that his offer of marriage should be made known. Orm then consented to undertake his suit, and Einar journeyed south again until he came home.

A while after, Thorbjorn had a harvest-feast, as he was bound to have because of his great rank. There were present Orm, from Arnarstapi, and many other friends of Thorbjorn.

Orm entered into conversation with Thorbjorn, and told him how that Einar had lately been to see him from Thorgeirsfjall, and was become a promising man. He now began the wooing on behalf of

Einar, and said that an alliance between the families would be very suitable on account of certain interests. "There may arise to thee, franklin," he said, "great assistance in thy means from this alliance."

But Thorbjorn answered, "I did not expect the like proposal from thee, that I should give my daughter in marriage to the son of a thrall. And so thou perceivest that my substance is decreasing; well, then, my daughter shall not go home with thee, since thou considerest her worthy of so poor a match."

Then went Orm home again, and each of the other guests to his own household, and Gudrid remained with her father, and stayed at home that winter.

Now, in the spring, Thorbjorn made a feast to his friends, and a goodly banquet was prepared. There came many guests, and the banquet was of the best. Now, at the banquet, Thorbjorn called for a hearing, and thus spake: - "Here have I dwelt a long time. I have experienced the goodwill of men and their affection towards me, and I consider that our dealings with one another have been mutually agreeable. But now do my money matters begin to bring me uneasiness, although to this time my condition has not been reckoned contemptible. I wish, therefore, to break up my household before I lose my honour; to remove from the country before I disgrace my family. So now I purpose to look after the promises of Eirik the Red, my friend, which he made when we separated at Breidafjordr. I purpose to depart for Greenland in the summer, if events proceed as I could wish."

These tidings about this design appeared to the guests to be important, for Thorbjorn had long been beloved by his friends. They felt that he would only have made so public a declaration that it might be held of no avail to attempt to dissuade him from his purpose. Thorbjorn distributed gifts among the guests, and then the feast was brought to an end, and they departed to their own homesteads.

Thorbjorn sold his lands, and bought a ship which had been laid up on shore at the mouth of the Hraunhofn (harbour of the lava field).

Thirty men ventured on the expedition with him. There was Orm, from Arnarstapi, and his wife, and those friends of Thorbjorn who did not wish to be separated from him.

Then they launched the ship, and set sail with a favourable wind. But when they came out into the open sea the favourable wind ceased, and they experienced great gales, and made but an ill-sped voyage throughout the summer. In addition to that trouble, there came fever upon the expedition, and Orm died, and Halldis, his wife, and half the company. Then the sea waxed rougher, and they endured much toil and misery in many ways, and only reached Herjolfsnes, in Greenland, at the very beginning of winter.

There dwelt at Herjolfsnes the man who was called Thorkell. He was a useful man and most worthy franklin. He received Thorbjorn and all his ship's company for the winter, assisting them in right noble fashion. This pleased Thorbjorn well and his companions in the voyage.

Chapter 4

At that time there was a great dearth in Greenland; those who had been out on fishing expeditions had caught little, and some had not returned.

There was in the settlement the woman whose name was Thorbjorg. She was a prophetess (spae-queen), and was called Litilvolva (little sybil). She had had nine sisters, and they were all spae-queens, and she was the only one now living.

It was a custom of Thorbjorg, in the winter time, to make a circuit, and people invited her to their houses, especially those who had any curiosity about the season, or desired to know their fate; and inasmuch as Thorkell was chief franklin thereabouts, he considered that it concerned him to know when the scarcity which overhung the settlement should cease. He invited, therefore, the spae-queen to his house, and prepared for her a hearty welcome, as was the custom whereever a reception was accorded a woman of this kind. A high seat was prepared for her, and a cushion laid thereon in which were poultry-feathers.

Now, when she came in the evening, accompanied by the man who had been sent to meet her, she was dressed in such wise that she had a blue mantle over her, with strings for the neck, and it was inlaid with gems quite down to the skirt. On her neck she had glass beads. On her head she had a black hood of lambskin, lined with ermine. A staff she had in her hand, with a knob thereon; it was ornamented with brass, and inlaid with gems round about the knob. Around her she wore a girdle of soft hair, and therein was a large skin-bag, in which she kept the talismans needful to her in her wisdom. She wore hairy calf-skin shoes on her feet, with long and strong-looking thongs to them, and great knobs of latten at the ends. On her hands she had gloves of ermine-skin, and they were white and hairy within.

Now, when she entered, all men thought it their bounden duty to offer her becoming greetings, and these she received according as the men were agreeable to her. The franklin Thorkell took the wise-woman by the hand, and led her to the seat prepared for her. He requested her to cast her eyes over his herd, his household, and his homestead. She remained silent altogether.

During the evening the tables were set; and now I must tell you what food was made ready for the spae-queen. There was prepared for her porridge of kid's milk, and hearts of all kinds of living creatures there found were cooked for her. She had a brazen spoon, and a knife with a handle of walrus-tusk, which was mounted with two rings of brass, and the point of it was broken off.

When the tables were removed, the franklin Thorkell advanced to Thorbjorg and asked her how she liked his homestead, or the appearance of the men; or how soon she would ascertain that which he had asked, and which the men desired to know. She replied that she would not give answer before the morning, after she had slept there for the night.

And when the (next) day was far spent, the preparations were made for her which she required for the exercise of her enchantments. She begged them to bring to her those women who were acquainted with the lore needed for the exercise of the enchantments, and which is known by the name of Weird-songs, but no such women came forward. Then was search made throughout the homestead if any woman were so learned.

Then answered Gudrid, "I am not skilled in deep learning, nor am I a wise-woman, although Halldis, my foster-mother, taught me, in Iceland, the lore which she called Weird-songs."

"Then art thou wise in good season," answered Thorbjorg; but Gudrid replied, "That lore and the ceremony are of such a kind, that I purpose to be of no assistance therein, because I am a Christian woman."

Then answered Thorbjorg, "Thou mightest perchance afford thy help to the men in this company, and yet be none the worse woman than thou wast before; but to Thorkell give I charge to provide here the things that are needful."

Thorkell thereupon urged Gudrid to consent, and she yielded to his wishes. The women formed a ring round about, and Thorbjorg ascended the scaffold and the seat prepared for her enchantments. Then sang Gudrid the weird-song in so beautiful and excellent a manner, that to no one there did it seem that he had ever before heard the song in voice so beautiful as now.

The spae-queen thanked her for the song. "Many spirits," said she, "have been present under its charm, and were pleased to listen to the song, who before would turn away from us, and grant us no such homage. And now are many things clear to me which before were hidden both from me and others. And I am able this to say, that the dearth will last no longer, the season improving as spring advances. The epidemic of fever which has long oppressed us will disappear quicker than we could have hoped. And thee, Gudrid, will I recompense straightway, for that aid of thine which has stood us in good stead; because thy destiny is now clear to me, and foreseen. Thou shalt make a match here in Greenland, a most honourable one, though it will not be a long-lived one for thee, because thy way lies out to Iceland; and there, shall arise from thee a line of descendants both numerous and goodly, and over the branches of thy family shall shine a bright ray. And so fare thee now well and happily, my daughter."

Afterwards the men went to the wise-woman, and each enquired after what he was most curious to know. She was also liberal of her replies, and what she said proved true. After this came one from another homestead after her, and she then went there. Thorbjorn was invited, because he did not wish to remain at home while such heathen worship was performing.

The weather soon improved when once spring began, as Thorbjorg had said, Thorbjorn made ready his ship, and went on until he came to Brattahlid (the steep slope). Eirik received him with the utmost cordiality, saying he had done well to come there. Thorbjorn and his family were with him during the winter. And in the following spring Eirik gave to Thorbjorn land at Stokknes, and handsome farm buildings were there built for him, and he dwelt there afterwards.

Chapter 5

Eirik had a wife who was named Thjodhild, and two sons; the one was named Thorstein, and the other Leif. These sons of Eirik were both promising men. Thorstein was then at home with his father; and there was at that time no man in Greenland who was thought so highly of as he. Leif had sailed to Norway, and was there with King Olaf Tryggvason.

Now, when Leif sailed from Greenland during the summer, he and his men were driven out of their course to the Sudreyjar. They were slow in getting a favourable wind from this place, and they stayed there a long time during the summer ... reaching Norway about harvest-tide.

He joined the body-guard of King Olaf Tryggvason, and the king formed an excellent opinion of him, and it appeared to him that Leif was a well-bred man. Once upon a time the king entered into conversation with Leif, and asked him, "Dost thou purpose sailing to Greenland in summer?"

Leif answered, "I should wish so to do, if it is your will." The king replied, "I think it may well be so; thou shalt go my errand, and preach Christianity in Greenland."

Leif said that he was willing to undertake it, but that, for himself, he considered that message a difficult one to proclaim in Greenland. But the king said that he knew no man who was better fitted for the work than he. "And thou shalt carry," said he, "good luck with thee in it." "That can only be," said Leif, "if I carry yours with me."

Leif set sail as soon as he was ready. He was tossed about a long time out at sea, and lighted upon lands of which before he had no expectation. There were fields of wild wheat, and the vine-tree in full growth. There were also the trees which were called maples; and they gathered of all this certain tokens; some trunks so large that they were used in house-building. Leif came upon men who had been shipwrecked, and took them home with him, and gave them sustenance during the winter. Thus did he show his great munificence and his graciousness when he brought Christianity to the land, and saved the shipwrecked crew. He was called Leif the Lucky.

Leif reached land in Eiriksfjordr, and proceeded home to Brattahlid. The people received him gladly. He soon after preached Christianity and catholic truth throughout the land, making known to the people the message of King Olaf Tryggvason; and declaring how many renowned deeds and what great glory accompanied this faith. Eirik took coldly to the proposal to forsake his religion, but his wife, Thjodhild, promptly yielded, and caused a church to be built not very near the houses. The building was called Thjodhild's Church; in that spot she offered her prayers, and so did those men who received Christ, and they were many. After she accepted the faith, Thjodhild would have no intercourse with Eirik, and this was a great trial to his temper.

After this there was much talk about making ready to go[17] to the land which Leif had discovered. Thorstein, Eirik's son, was chief mover in this, a worthy man, wise and much liked. Eirik was also asked to go, and they believed that his luck and foresight would be of the highest use. He was [for a long time against it, but did not say nay], when his friends exhorted him to go. They made ready the ship which Thorbjorn had brought there, and there were twenty men who undertook to start in her. They had little property, but chiefly weapons and food. On the morning when Eirik left home he took a little box, which had in it gold and silver; he hid the money, and then went forth on his journey.

He had proceeded, however, but a little way, when he fell from his horse, and broke his ribs and injured his shoulder, and cried out, "Aiai!" At this accident he sent word to his wife that she should take away the money that he had hidden, declaring his misfortune to be a penalty paid on account of having hid the money. Afterwards they sailed away out of Eiriksfjordr with gladness, as their plan seemed to promise success. They were driven about for a long time on the open sea, and came not into the track which they desired. They came in sight of Iceland, and also met with birds from the coast of Ireland. Then was their ship tossed to and fro on the sea. They returned about harvest-tide, worn out by toil and much exhausted, and reached Eiriksfjordr at the beginning of winter.

Then spake Eirik, "You were in better spirits in the summer, when you went forth out of the firth, than you are in now, and yet for all that there is much to be thankful for." Thorstein replied, "It is a chieftain's duty now to look after some arrangement for these men who are without shelter, and to find them food." Eirik answered, "That is an ever-true saying, 'You know not until you have got your answer.' I will now take thy counsel about this." All those who had no other abodes were to go with the father and the son. Then came they to land, and went forth home.

Chapter 6

Now, after this, I have to tell you how Thorstein, Eirik's son, began wooing Gudrid, Thorbjorn's daughter. To his proposals a favourable answer was given, both by the maid herself, and also by her father. The marriage was also arranged, so that Thorstein went to take possession of his bride, and the bridal feast was held at Brattahlid in the autumn. The banquet went off well, and was numerously attended. Thorstein owned a homestead in the Vestribygd on the estate known as Lysufjordr (shining firth).

The man who was called Thorstein owned the other half of the homestead. His wife was called Sigrid. Thorstein went, during the autumn, to Lysufjordr, to his namesake, both he and Gudrid. Their reception was a welcome one. They were there during the winter. When little of the winter was past, the event happened there that fever broke out on their estate. The overseer of the work was named Garth. He was an unpopular man. He took the fever first and died. Afterwards, and with but little intermission, one took the fever after another and died. Then Thorstein, Eirik's son, fell ill, and also Sigrid, the wife of his namesake Thorstein. And one evening Sigrid left the house, and rested awhile opposite the outer door; and Gudrid accompanied her; and they looked back towards the outer door, and Sigrid screamed out aloud.

Gudrid said, "We have come forth unwarily, and thou canst in no wise withstand the cold; let us even go home as quickly as possible." "It is not safe as matters are," answered Sigrid. "There is all that crowd of dead people before the door; Thorstein, thy husband, also, and myself, I recognise among them, and it is a grief thus to behold." And when this passed away, she said, "Let us now go, Gudrid; I see the crowd no longer."

Thorstein, Eirik's son, had also disappeared from her sight; he had seemed to have a whip in his hand, and to wish to smite the ghostly troop. Afterwards they went in, and before morning came she was dead, and a coffin was prepared for the body. Now, the same day, the men purposed to go out fishing, and Thorstein led them to the landing places, and in the early morning he went to see what they had caught.

Then Thorstein, Eirik's son, sent word to his namesake to come to him, saying that matters at home were hardly quiet; that the housewife was endeavouring to rise to her feet and to get under the clothes beside him. And when he was come in she had risen upon the edge of the bed. Then took he her by the hands and laid a pole-axe upon her breast. Thorstein, Eirik's son, died near nightfall. Thorstein, the franklin, begged Gudrid to lie down and sleep, saying that he would watch over the body during the night. So she did, and when a little of the night was past, Thorstein, Eirik's son, sat up and spake, saying he wished Gudrid to be called to him, and that he wished to speak with her.

"God wills," he said, "that this hour be given to me for my own, and the further completion of my plan." Thorstein, the franklin, went to find Gudrid, and waked her; begged her to cross herself, and to ask God for help, and told her what Thorstein, Eirik's son, had spoken with him; "and he wishes," said he, "to meet with thee. Thou art obliged to consider what plan thou wilt adopt, because I can in this issue advise thee in nowise."

She answered, "It may be that this, this wonderful thing, has regard to certain matters, which are afterwards to be had in memory; and I hope that God's keeping will test upon me, and I will, with God's grace, undertake the risk and go to him, and know what he will say, for I shall not be able to escape if harm must happen to me. I am far from wishing that he should go elsewhere; I suspect, moreover, that the matter will be a pressing one."

Then went Gudrid and saw Thorstein. He appeared to her as if shedding tears. He spake in her ear, in a low voice, certain words which she alone might know; but this he said so that all heard, "That those men would be blessed who held the true faith, and that all salvation and mercy accompanied it; and that many, nevertheless, held it lightly."

"Itis," said he, "no good custom which has prevailed here in Greenland since Christianity came, to bury men in unconsecrated ground with few religious rites over them. I wish for myself, and for those other men who have died, to be taken to the church; but for Garth, I wish him to be burned on a funeral pile as soon as may be, for he is the cause of all those ghosts which have been among us this winter." He spake to Gudrid also about her own state, saying that her destiny would be a great one, and begged her to beware of marrying Greenland men. He begged her also to pay over their property to the Church and some to the poor; and then he sank down for the second time.

It had been a custom in Greenland, after Christianity was brought there, to bury men in unconsecrated ground on the farms where they died. An upright stake was placed over a body, and when the priests came afterwards to the place, then was the stake pulled out, consecrated water poured therein, and a funeral service held, though it might be long after the burial.

The bodies were removed to the church in Eiriksfjordr, and funeral services held by the priests.

After that died Thorbjorn. The whole property then went to Gudrid. Eirik received her into his household, and looked well after her stores.

Chapter 7

There was a man named Thorfinn Karlsefni, son of Thord Horsehead, who dwelt in the north (of Iceland), at Reynines in Skagafjordr, as it is now called. Karlsefni was a man of good family, and very rich. His mother's name was Thorun. He engaged in trading journeys, and seemed a goodly, bold, and gallant traveller.

One summer Karlsefni prepared his ship, intending to go to Greenland. Snorri, Thorbrand's son, from Alptafjordr, resolved to travel with him, and there were thirty men in the company.

There was a man named Bjarni, Grimolf's son, a man of Breidafjordr (Broadfirth); another called Thorhall, son of Gamli, a man from the east of Iceland. They prepared their ship the very same summer as Karlsefni, with intent also to go to Greenland. They had in the ship forty men.

The two ships launched out into the open sea as soon as they were ready. It is not recorded how long a voyage they had. But, after this, I have to tell you that both these ships came to Eiriksfjordr about autumn.

Eirik rode down to the ships with other men of the land, and a market-fair was promptly instituted. The captains invited Gudrid to take such of the merchandise as she wished, and Eirik displayed on his part much magnificence in return, inasmuch as he invited both these ships' companies home with him to pass the winter in Brattahlid. The merchants accepted the invitation, and went home with Eirik. Afterwards their merchandise was removed to Brattahlid, where a good and large outhouse was not lacking in which to store the goods. The merchants were well pleased to stay with Eirik during the winter.

When now Yule was drawing nigh, Eirik began to look more gloomy than he was wont to be.

Presently Karlsefni entered into conversation with him, and said, "Art thou in trouble, Eirik? it appears to me that thou art somewhat more taciturn than thou hast been; still thou helpest us with much liberality, and we are bound to reward thee according as we have means thereto. Say now what causes thy cheerlessness."

Eirik answered, "You receive hospitality well, and like worthy men. Now, I have no mind that our intercourse together should be expensive to you; but so it is, that it will seem to me an ill thing if it is heard that you never spent a worse Yule than this, just now beginning, when Eirik the Red entertained you at Brattahlid, in Greenland."

Karlsefni answered, "It must not come to such a pass; we have in our ships malt, meal, and corn, and you have right and title to take therefrom whatever you wish, and to make your entertainment such as consorts with your munificence."

And Eirik accepted the offer. Then was preparation made for the Yule-feast, and so magnificent was it that the men thought they had scarcely ever seen so grand a feast.

And after Yule, Karlsefni broached to Eirik the subject of a marriage with Gudrid, which he thought might be under Eirik's control, and the woman appeared to him to be both beautiful and of excellent understanding. Eirik answered and said, that for his part he would willingly undertake his suit, and said, moreover, that she was worthy of a good match. It is also likely, he thought, that she will be following out her destiny, should she be given to him; and, moreover, the report which comes to me of him is good.

The proposals were now laid before her, and she allowed the marriage with her to be arranged which Eirik wished to promote. However, I will not now speak at length how this marriage took place; the Yule festival was prolonged and made into a marriage-feast. Great joy was there in Brattahlid during the winter. Much playing at backgammon and telling of stories went on, and many things were done that ministered to the comfort of the household.

Chapter 8

During this time much talk took place in Brattahlid about making ready to go to Vinland the Good, and it was asserted that they would there find good choice lands. The discourse came to such conclusion that Karlsefni and Snorri prepared their ship, with the intention of seeking Vinland during the summer. Bjarni and Thorhall ventured on the same expedition, with their ship and the retinue which had accompanied them.

There was a man named Thorvard; he married Freydis, natural daughter of Eirik the Red; he set out with them likewise, as also Thorvald, a son of Eirik.] There was a man named Thorvald; he was a son-in-law of Eirik the Red. Thorhall was called the Sportsman; he had for a long time been Eirik's companion in hunting and fishing expeditions during the summers, and many things had been committed to his keeping. Thorhall was a big man, dark, and of gaunt appearance; rather advanced in years, overbearing in temper, of melancholy mood, silent at all times, underhand in his dealings, and withal given to abuse, and always inclined towards the worst. He had kept himself aloof from the true faith when it came to Greenland. He was but little encompassed with the love of friends, but yet Eirik had long held conversation with him. He went in the ship with Thorvald and his man, because he was widely acquainted with the unpeopled districts. They had the ship which Thorbjorn had brought to Greenland, and they ventured on the expedition with Karlsefni and the others; and most of them in this ship were Greenlanders. There were one hundred and sixty men in their ships.

They sailed away from land; then to the Vestribygd and to Bjarneyjar (the Bear Islands). Thence they sailed away from Bjarneyjar with northerly winds. They were out at sea two half-days. Then they came to land, and rowed along it in boats, and explored it, and found there flat stones, many and so great that two men might well lie on them stretched on their backs with heel to heel. Polar-foxes were there in abundance. This land they gave name to, and called it Helluland (stone-land).

Then they sailed with northerly winds two half-days, and there was then land before them, and on it a great forest and many wild beasts. An island lay in the south-east off the land, and they found bears thereon, and called the island Bjarney (Bear Island); but the mainland, where the forest was, they called Markland (forest-land). Then, when two half-days were passed, they saw land, and sailed under it. There was a cape to which they came. They cruised along the land, leaving it on the starboard side. There was a harbourless coast-land, and long sandy strands. They went to the land in boats, and found the keel of a ship, and called the place Kjalar-nes (Keelness). They gave also name to the strands, calling them Furdustrandir (wonder-shore), because it was tedious to sail by them.Then the coast became indented with creeks, and they directed their ships along the creeks.

Now, before this, when Leif was with King Olaf Tryggvason, and the king had requested him to preach Christianity in Greenland, he gave him two Scotch people, the man called Haki, and the woman called Hækja. The king requested Leif to have recourse to these people if ever he should want fleetness, because they were swifter than wild beasts. Eirik and Leif had got these people to go with Karlsefni. Now, when they had sailed by Furdustrandir, they put the Scotch people on land, and requested them to run into the southern regions, seek for choice land, and come back after three half-days were passed. They were dressed in such wise that they had on the garment which they called biafal. It was made with a hood at the top, open at the sides, without sleeves, and was fastened between the legs. A button and a loop held it together there; and elsewhere they were without clothing. Then did they cast anchors from the ships, and lay there to wait for them. And when three days were expired the Scotch people leapt down from the land, and one of them had in his hand a bunch of grapes, and the other an ear of wild wheat.

They said to Karlsefni that they considered they had found good and choice land. Then they received them into their ship, and proceeded on their journey to where the shore was cut into by a firth. They directed the ships within the firth. There was an island lying out in front of the firth, and there were great currents around the island, which they called Straums-ey (Stream-island). There were so many birds on it that scarcely was it possible to put one's feet down for the eggs. They continued their course up the firth, which they called Straumsfjordr, and carried their cargo ashore from the ships, and there they prepared to stay. They had with them cattle of all kinds, and for themselves they sought out the produce of the land thereabout. There were mountains, and the place was fair to look upon.

They gave no heed to anything except to explore the land, and they found large pastures. They remained there during the winter, which happened to be a hard one, with no work doing; and they were badly off for food, and the fishing failed. Then they went out to the island, hoping that something might be got there from fishing or from what was drifted ashore. In that spot there was little, however, to be got for food, but their cattle found good sustenance. After that they called upon God, praying that He would send them some little store of meat, but their prayer was not so soon granted as they were eager that it should be. Thorhall disappeared from sight, and they went to seek him, and sought for three half-days continuously.

On the fourth half-day Karlsefni and Bjarni found him on the peak of a crag. He lay with his face to the sky, with both eyes and mouth and nostrils wide open, clawing and pinching himself, and reciting something. They asked why he had come there. He replied that it was of no importance; begged them not to wonder thereat; as for himself, he had lived so long, they needed not to take any account of him. They begged him to go home with them, and he did so. A little while after a whale was driven ashore, and the men crowded round it, and cut it up, and still they knew not what kind of whale it was. Even Karlsefni recognised it not, though he had great knowledge of whales. It was cooked by the cook-boys, and they ate thereof; though bad effects came upon all from it afterwards.

Then began Thorhall, and said, "Has it not been that the Redbeard has proved a better friend than your Christ? this was my gift for the poetry which I composed about Thor, my patron; seldom has he failed me." Now, when the men knew that, none of them would eat of it, and they threw it down from the rocks, and turned with their supplications to God's mercy. Then was granted to them opportunity of fishing, and after that there was no lack of food that spring. They went back again from the island, within Straumsfjordr, and obtained food from both sides; from hunting on the mainland, and from gathering eggs and from fishing on the side of the sea.

Chapter 9

When summer was at hand they discussed about their journey, and made an arrangement. Thorhall the Sportsman wished to proceed northwards along Furdustrandir, and off Kjalarnes, and so seek Vinland; but Karlsefni desired to proceed southwards along the land and away from the east, because the land appeared to him the better the further south he went, and he thought it also more advisable to explore in both directions. Then did Thorhall make ready for his journey out by the islands, and there volunteered for the expedition with him not more than nine men; but with Karlsefni there went the remainder of the company. And one day, when Thorhall was carrying water to his ship, he drank, and recited this verse:

"The clashers of weapons did say when I came here that I should have the best of drink (though it becomes me not to complain before the common people). Eager God of the war-helmet! I am made to raise the bucket; wine has not moistened my beard, rather do I kneel at the fountain."

Afterwards they put to sea, and Karlsefni accompanied them by the island. Before they hoisted sail Thorhall recited a verse:

"Go we back where our countrymen are. Let us make the skilled hawk of the sand-heaven explore the broad ship-courses; while the dauntless rousers of the sword-storm, who praise the land, and cook whale, dwell on Furdustrandir."

Then they left, and sailed northwards along Furdustrandir and Kjalarnes, and attempted there to sail against a wind from the west. A gale came upon them, however, and drove them onwards against Ireland, and there were they severely treated, enthralled, and beaten. Then Thorhall lost his life.

Chapter 10

Karlsefni proceeded southwards along the land, with Snorri and Bjarni and the rest of the company. They journeyed a long while, and until they arrived at a river, which came down from the land and fell into a lake, and so on to the sea. There were large islands off the mouth of the river, and they could not come into the river except at high flood-tide.

Karlsefni and his people sailed to the mouth of the river, and called the land Hop. There they found fields of wild wheat wherever there were low grounds; and the vine in all places were there was rough rising ground. Every rivulet there was full of fish. They made holes where the land and water joined and where the tide went highest; and when it ebbed they found halibut in the holes. There was great plenty of wild animals of every form in the wood. They were there half a month, amusing themselves, and not becoming aware of anything. Their cattle they had with them. And early one morning, as they looked around, they beheld nine canoes made of hides, and snout-like staves were being brandished from the boats, and they made a noise like flails, and twisted round in the direction of the sun's motion.

Then Karlsefni said, "What will this betoken?" Snorri answered him, "It may be that it is a token of peace; let us take a white shield and go to meet them." And so they did. Then did they in the canoes row forwards, and showed surprise at them, and came to land. They were short men, ill-looking, with their hair in disorderly fashion on their heads; they were large-eyed, and had broad cheeks. And they stayed there awhile in astonishment. Afterwards they rowed away to the south, off the headland.

Chapter 11

They had built their settlements up above the lake. And some of the dwellings were well within the land, but some were near the lake. Now they remained there that winter. They had no snow whatever, and all their cattle went out to graze without keepers.

Now when spring began, they beheld one morning early, that a fleet of hide-canoes was rowing from the south off the headland; so many were they as if the sea were strewn with pieces of charcoal, and there was also the brandishing of staves as before from each boat. Then they held shields up, and a market was formed between them; and this people in their purchases preferred red cloth; in exchange they had furs to give, and skins quite grey. They wished also to buy swords and lances, but Karlsefni and Snorri forbad it. They offered for the cloth dark hides, and took in exchange a span long of cloth, and bound it round their heads; and so matters went on for a while. But when the stock of cloth began to grow small, then they split it asunder, so that it was not more than a finger's breadth. The Skrælingar (Esquimaux) gave for it still quite as much, or more than before.

Chapter 12

Now it came to pass that a bull, which belonged to Karlsefni's people, rushed out of the wood and bellowed loudly at the same time. The Skrælingar, frightened thereat, rushed away to their canoes, and rowed south along the coast. There was then nothing seen of them for three weeks together. When that time was gone by, there was seen approaching from the south a great crowd of Skrælingar boats, coming down upon them like a stream, the staves this time being all brandished in the direction opposite to the sun's motion, and the Skrælingar were all howling loudly. Then took they and bare red shields to meet them. They encountered one another and fought, and there was a great shower of missiles. The Skrælingar had also war-slings, or catapults.

Then Karlsefni and Snorri see that the Skrælingar are bringing up poles, with a very large ball attached to each, to be compared in size to a sheep's stomach, dark in colour; and these flew over Karlsefni's company towards the land, and when they came down they struck the ground with a hideous noise. This produced great terror in Karlsefni and his company, so that their only impulse was to retreat up the country along the river, because it seemed as if crowds of Skrælingar were driving at them from all sides. And they stopped not until they came to certain crags. There they offered them stern resistance.

Freydis came out and saw how they were retreating. She called out, "Why run you away from such worthless creatures, stout men that ye are, when, as seems to me likely, you might slaughter them like so many cattle? Let me but have a weapon, I think I could fight better than any of you." They gave no heed to what she said. Freydis endeavoured to accompany them, still she soon lagged behind, because she was not well; she went after them into the wood, and the Skrælingar directed their pursuit after her. She came upon a dead man; Thorbrand, Snorri's son, with a flat stone fixed in his head; his sword lay beside him, so she took it up and prepared to defend herself therewith.

Then came the Skrælingar upon her. She let down her sark and struck her breast with the naked sword. At this they were frightened, rushed off to their boats, and fled away. Karlsefni and the rest came up to her and praised her zeal. Two of Karlsefni's men fell, and four of the Skrælingar, notwithstanding they had overpowered them by superior numbers. After that, they proceeded to their booths, and began to reflect about the crowd of men which attacked them upon the land; it appeared to them now that the one troop will have been that which came in the boats, and the other troop will have been a delusion of sight. The Skrælingar also found a dead man, and his axe lay beside him. One of them struck a stone with it, and broke the axe. It seemed to them good for nothing, as it did not withstand the stone, and they threw it down.

Chapter 13

[Karlsefni and his company] were now of opinion that though the land might be choice and good, there would be always war and terror overhanging them, from those who dwelt there before them. They made ready, therefore, to move away, with intent to go to their own land. They sailed forth northwards, and found five Skrælingar in jackets of skin, sleeping [near the sea], and they had with them a chest, and in it was marrow of animals mixed with blood; and they considered that these must have been outlawed. They slew them. Afterwards they came to a headland and a multitude of wild animals; and this headland appeared as if it might be a cake of cow-dung, because the animals passed the winter there. Now they came to Straumsfjordr, where also they had abundance of all kinds. It is said by some that Bjarni and Freydis remained there, and a hundred men with them, and went not further away. But Karlsefni and Snorri journeyed southwards, and forty men with them, and after staying no longer than scarcely two months at Hop, had come back the same summer. Karlsefni set out with a single ship to seek Thorhall, but the (rest of the) company remained behind. He and his people went northwards off Kjalarnes, and were then borne onwards towards the west, and the land lay on their larboard-side, and was nothing but wilderness. And when they had proceeded for a long time, there was a river which came down from the land, flowing from the east towards the west. They directed their course within the river's mouth, and lay opposite the southern bank.

Chapter 14

One morning Karlsefni's people beheld as it were a glittering speak above the open space in front of them, and they shouted at it. It stirred itself, and it was a being of the race of men that have only one foot, and he came down quickly to where they lay. Thorvald, son of Eirik the Red, sat at the tiller, and the One-footer shot him with an arrow in the lower abdomen. He drew out the arrow. Then said Thorvald, "Good land have we reached, and fat is it about the paunch." Then the One-footer leapt away again northwards. They chased after him, and saw him occasionally, but it seemed as if he would escape them. He disappeared at a certain creek. Then they turned back, and one man spake this ditty:

"Our men chased (all true it is) a One-footer down to the shore; but the wonderful man strove hard in the race.... Hearken, Karlsefni."

Then they journeyed away back again northwards, and saw, as they thought, the land of the One-footers. They wished, however, no longer to risk their company. They conjectured the mountains to be all one range; those, that is, which were at Hop, and those which they now discovered; almost answering to one another; and it was the same distance to them on both sides from Straumsfjordr. They journeyed back, and were in Straumsfjordr the third winter. Then fell the men greatly into backsliding. They who were wifeless pressed their claims at the hands of those who were married.

Snorri, Karlsefni's son, was born the first autumn, and he was three winters old when they began their journey home. Now, when they sailed from Vinland, they had a southern wind, and reached Markland, and found five Skrælingar; one was a bearded man, two were women, two children. Karlsefni's people caught the children, but the others escaped and sunk down into the earth. And they took the children with them, and taught them their speech, and they were baptized. The children called their mother Vætilldi, and their father Uvægi. They said that kings ruled over the land of the Skrælingar, one of whom was called Avalldamon, and the other Valldidida. They said also that there were no houses, and the people lived in caves or holes. They said, moreover, that there was a land on the other side over against their land, and the people there were dressed in white garments, uttered loud cries, bare long poles, and wore fringes. This was supposed to be Hvitramannaland (whiteman's land). Then came they to Greenland, and remained with Eirik the Red during the winter.

Chapter 15

Bjarni, Grimolf's son, and his men were carried into the Irish Ocean, and came into a part where the sea was infested by ship-worms. They did not find it out before the ship was eaten through under them; then they debated what plan they should follow. They had a ship's boat which was smeared with tar made of seal-fat. It is said that the ship-worm will not bore into the wood which has been smeared with the seal-tar. The counsel and advice of most of the men was to ship into the boat as many men as it would hold. Now, when that was tried, the boat held not more than half the men. Then Bjarni advised that it should be decided by the casting of lots, and not by the rank of the men, which of them should go into the boat; and inasmuch as every man there wished to go into the boat, though it could not hold all of them; therefore, they accepted the plan to cast lots who should leave the ship for the boat. And the lot so fell that Bjarni, and nearly half the men with him, were chosen for the boat. So then those left the ship and went into the boat who had been chosen by lot so to do.

And when the men were come into the boat, a young man, an Icelander, who had been a fellow-traveller of Bjarni, said, "Dost thou intend, Bjarni, to separate thyself here from me." "It must needs be so now," Bjarni answered. He replied, "Because, in such case, thou didst not so promise me when I set out from Iceland with thee from the homestead of my father." Bjarni answered, "I do not, however, see here any other plan; but what plan dost thou suggest?" He replied, "I propose this plan, that we two make a change in our places, and thou come here and I will go there." Bjarni answered, "So shall it be; and this I see, that thou labourest willingly for life, and that it seems to thee a grievous thing to face death." Then they changed places. The man went into the boat, and Bjarni back into the ship; and it is said that Bjarni perished there in the Worm-sea, and they who were with him in the ship; but the boat and those who were in it went on their journey until they reached land, and told this story afterwards.

Chapter 16

The next summer Karlsefni set out for Iceland, and Snorri with him, and went home to his house in Reynines. His mother considered that he had made a shabby match, and she was not at home the first winter. But when she found that Gudrid was a lady without peer, she went home, and their intercourse was happy. The daughter of Snorri, Karlsefni's son, was Hallfrid, mother of Bishop Thorlak, the son of Runolf. (Hallfrid and Runolf) had a son, whose name was Thorbjorn; his daughter was Thorun, mother of Bishop Bjarn. Thorgeir was the name of a son of Snorri, Karlsefni's son; he was father of Yngvild, the mother of the first Bishop Brand. And here ends this story.

EIRÍKS SAGA RAUÐA

1.

Óleifur hét herkonungur er kallaður var Óleifur hvíti. Hann var son Ingjalds konungs Helgasonar, Ólafssonar, Guðröðarsonar, Hálfdanarsonar hvítbeins Upplendingakonungs.

Óleifur herjaði í vesturvíking og vann Dyflinni á Írlandi og Dyflinnarskíri og gerðist konungur yfir. Hann fékk Auðar djúpúðgu dóttur Ketils Flatnefs Bjarnarsonar bunu, ágæts manns úr Noregi. Þorsteinn rauður hét son þeirra.

Óleifur féll á Írlandi í orustu en Auður og Þorsteinn fóru þá í Suðureyjar. Þar fékk Þorsteinn Þuríðar dóttur Eyvindar austmanns, systur Helga hins magra. Þau áttu mörg börn.

Þorsteinn gerðist herkonungur. Hann réðst til lags með Sigurði jarli hinum ríka syni Eysteins glumru. Þeir unnu Katanes og Suðurland, Ross og Meræfi og meir en hálft Skotland. Gerðist Þorsteinn þar konungur yfir áður Skotar sviku hann og féll hann þar í orustu.

Auður var þá á Katanesi er hún spurði fall Þorsteins. Hún lét þá gera knörr í skógi á laun en er hún var búin hélt hún út í Orkneyjar. Þar gifti hún Gró dóttur Þorsteins rauðs. Hún var móðir Grélaðar er Þorfinnur jarl hausakljúfur átti.

Eftir það fór Auður að leita Íslands. Hún hafði á skipi tuttugu karla frjálsa. Auður kom til Íslands og var hinn fyrsta vetur í Bjarnarhöfn með Birni bróður sínum. Síðan nam Auður öll Dalalönd milli

Dögurðarár og Skraumuhlaupsár og bjó í Hvammi. Hún hafði bænahald í Krosshólum. Þar lét hún reisa krossa því að hún var skírð og vel trúuð. Með henni komu út margir göfgir menn þeir er herteknir höfðu verið í vesturvíking og voru kallaðir ánauðgir.

Einn af þeim hét Vífill. Hann var ættstór maður og hafði verið hertekinn fyrir vestan haf og var kallaður ánauðigur áður Auður leysti hann. Og er Auður gaf bústað skipverjum sínum þá spurði Vífill hví Auður gæfi honum öngvan bústað sem öðrum mönnum. Auður kvað eigi mundu skipta, kvað hann þar göfgan mundu þykja sem hann væri. Honum gaf Auður Vífilsdal og bjó hann þar. Hann átti konu. Þeirra synir voru þeir Þorgeir og Þorbjörn. Þeir voru efnilegir menn og óxu upp með föður sínum.

2.

Þorvaldur hét maður. Hann var son Ásvalds Úlfssonar, Yxna-Þórissonar. Eiríkur rauði hét son hans. Þeir feðgar fóru af Jaðri til Íslands fyrir víga sakir og námu land á Hornströndum og bjuggu að Dröngum. Þar andaðist Þorvaldur.

Eiríkur fékk þá Þjóðhildar dóttur Jörundar Úlfssonar og Þorbjargar knarrarbringu er þá átti Þorbjörn hinn haukdælski. Réðst Eiríkur þá norðan og ruddi land í Haukadal og bjó á Eiríksstöðum hjá Vatnshorni.

Þá felldu þrælar Eiríks skriðu á bæ Valþjófs á Valþjófsstöðum. Eyjólfur saur frændi hans drap þrælana hjá Skeiðsbrekkum upp frá Vatnshorni. Fyrir það vó Eiríkur Eyjólf saur. Hann vó og Hólmgöngu-Hrafn að Leikskálum. Geirsteinn og Oddur á Jörva, frændur Eyjólfs, mæltu eftir hann.

Þá var Eiríkur ger á brott úr Haukadal. Hann nam þá Brokey og Yxney og bjó að Tröðum í Suðurey hinn fyrsta vetur. Þá léði hann Þorgesti setstokka. Síðan fór Eiríkur í Yxney og bjó á Eiríksstöðum. Þá heimti hann setstokkana og náði eigi. Eiríkur sótti setstokkana á Breiðabólstað en Þorgestur fór eftir honum. Þeir börðust skammt frá garði að Dröngum. Þar féllu tveir synir Þorgests og nokkurir menn aðrir.

Eftir það höfðu hvorirtveggju setu fjölmenna. Styr veitti Eiríki og Eyjólfur úr Svíney, Þorbjörn Vífilsson og synir Þorbrands úr Álftafirði en Þorgesti veittu synir Þórðar gellis og Þorgeir úr Hítardal og Áslákur úr Langadal og Illugi son hans.

Þeir Eiríkur urðu sekir á Þórsnessþingi. Hann bjó skip í Eiríksvogi en Eyjólfur leyndi honum í Dímunarvogi meðan þeir Þorgestur leituðu hans um eyjarnar. Hann sagði þeim að hann ætlaði að leita lands þess er Gunnbjörn son Úlfs kráku sá, er hann rak vestur um haf og hann fann Gunnbjarnarsker. Hann kveðst aftur mundu leita til vina sinna ef hann fyndi landið. Þeir Þorbjörn og Styr og Eyjólfur fylgdu Eiríki út um eyjar og skildu með hinni mestu vináttu. Kveðst Eiríkur þeim skyldu verða að þvílíku trausti sem hann mætti sér við koma ef þeir kynnu hans að þurfa.

Sigldi Eiríkur á haf undan Snæfellsjökli og kom utan að jökli þeim er Bláserkur heitir. Hann fór þaðan suður að leita ef þar væri byggjanda.

Hann var hinn fyrsta vetur í Eiríkseyju, nær miðri hinni vestri byggðinni. Um vorið eftir fór hann til Eiríksfjarðar og tók sér þar bústað. Hann fór það sumar í hina vestri óbyggð og gaf víða örnefni. Hann var annan vetur í Eiríkshólmum við Hvarfsgnípu en hið þriðja sumar fór hann allt norður til Snæfells og inn í Hrafnsfjörð. Þá þóttist hann kominn fyrir botn Eiríksfjarðar. Hverfur hann þá aftur og var hinn þriðja vetur í Eiríkseyju fyrir mynni Eiríksfjarðar.

Eftir um sumarið fór hann til Íslands og kom í Breiðafjörð. Hann var þann vetur með Ingólfi á Hólmlátri. Um vorið börðust þeir Þorgestur og fékk Eiríkur ósigur. Eftir það voru þeir sættir.

Það sumar fór Eiríkur að byggja landið það er hann hafði fundið og hann kallaði Grænland því að hann kvað menn það mjög mundu fýsa þangað ef landið héti vel.

3.

Þorgeir Vífilsson kvongaðist og fékk Arnóru dóttur Einars frá Laugarbrekku, Sigmundarsonar, Ketilssonar þistils er numið hafði Þistilsfjörð.

Önnur dóttir Einars hét Hallveig. Hennar fékk Þorbjörn Vífilsson og tók með land á Laugarbrekku á Hellisvöllum. Réðst Þorbjörn þangað byggðum og gerðist göfugmenni mikið. Hann var goðorðsmaður og hafði rausnarbú. Guðríður hét dóttir Þorbjarnar. Hún var kvenna vænst og hinn mesti skörungur í öllu athæfi sínu.

Maður hét Ormur er bjó að Arnarstapa. Hann átti konu þá er Halldís hét. Ormur var góður bóndi og vinur Þorbjarnar mikill. Var Guðríður þar löngum að fóstri með honum.

Maður hét Þorgeir er bjó að Þorgeirsfelli. Hann var vellauðigur að fé og hafði verið leysingi. Hann átti son er Einar hét. Hann var vænn maður og vel mannaður og skartsmaður mikill. Einar var í siglingu landa í milli og tókst honum það vel. Var hann jafnan sinn vetur hvort á Íslandi eða í Noregi.

Nú er frá því að segja eitt haust er Einar var út hér að hann fór með varning sinn út eftir Snæfellsnesi og skyldi selja. Hann kemur til Arnarstapa. Ormur býður honum þar að vera og það þiggur Einar því að þar var vinátta við kjörin. Varningurinn Einars var borinn í eitthvert útibúr. Einar brýtur upp varninginn og sýndi Ormi og heimamönnum og bauð Ormi slíkt af að taka sem hann vildi. Ormur þá þetta og taldi Einar vera góðan fardreng og auðnumann mikinn. En er þeir héldu á varninginum gekk kona fyrir útibúrsdyrin.

Einar spurði Orm hver sú hin fagra kona væri er þar gekk fyrir dyrnar "eg hefi hana eigi hér fyrr séð."

Ormur segir: "Það er Guðríður fóstra mín, dóttir Þorbjarnar bónda frá Laugarbrekku."

Einar mælti: "Hún mun vera góður kostur. Eða hafa nokkurir menn til komið að biðja hennar?"

Ormur svarar: "Beðið hefir hennar víst verið vinur og liggur eigi laust fyrir. Finnur það á að hún mun bæði vera mannvönd og faðir hennar."

"Svo fyrir það," kvað Einar, "að hún er sú kona er eg ætla mér að biðja og vildi eg að þessi mál kæmir þú fyrir mig við föður hennar og legðir á alendu að flytja því að eg skal þér fullkomna vináttu fyrir gjalda. Má Þorbjörn bóndi á líta að okkur væru vel hentar tengdir því hann er sómamaður mikill og á staðfestu góða en lausafé hans er mér sagt að mjög sé á förum. En mig skortir hvorki land né lausafé og okkur feðga og mundi Þorbirni verða að því hinn mesti styrkur ef þessi ráð tækjust."

Ormur svarar: "Víst þykist eg vin þinn vera en þó er eg ekki fús að bera þessi mál upp því að Þorbjörn er skapstór og þó metnaðarmaður mikill."

Einar kveðst ekki vilja annað en upp væri borið bónorðið. Ormur kvað hann ráða skyldu. Einar fór suður aftur uns hann kemur heim.

Nokkuru síðar hafði Þorbjörn haustboð sem hann átti vanda til því að hann var stórmenni mikið. Kom þar Ormur frá Arnarstapa og margir aðrir vinir Þorbjarnar.

Ormur kemur að máli við Þorbjörn og segir að Einar var þar skömmu, frá Þorgeirsfelli, og gerðist efnilegur maður. Hefur Ormur nú upp bónorðið fyrir hönd Einars og sagði að það væri vel hent fyrir sumra manna sakir að hluta "má þér bóndi að því verða styrkur mikill fyrir fjárkosta sakir."

Þorbjörn svarar: "Eigi varði mig slíkra orða af þér að eg mundi þrælssyni gifta dóttur mína. Og það finnið þér nú að fé mitt þverr er slík ráð gefið mér. Og eigi skal hún fara með því ef þér þótti hún svo lítils gjaforðs verð."

Síðan fór Ormur heim og hver boðsmanna til sinna heimkynna. Guðríður var eftir með föður sínum og var heima þann vetur. En að vori hafði Þorbjörn vinaboð og var veisla góð búin og kom þar margt manna og var veislan hin besta.

Og að veislunni kvaddi Þorbjörn sér hljóðs og mælti: "Hér hefi eg búið langa ævi. Hefi eg reynt góðvilja manna við mig og ástúð. Kalla eg vel vor skipti farið hafa. En nú tekur fjárhagur minn að óhægjast fyrir lausafjár sakir en hefir kallað verið hingað til heldur virðingarráð. Nú vil eg fyrr búi mínu bregða en sæmd minni týna, fyrr af landi fara en ætt mína svívirða. Ætla eg nú að vitja um mál Eiríks rauða vinar míns er hann hafði þá er við skildum á Breiðafirði. Ætla eg nú að fara til Grænlands í sumar ef svo fer sem eg vildi."

Mönnum þótti mikil tíðindi um þessa ráðagerð því að Þorbjörn hafði lengi vinsæll verið en þóttust vita að Þorbjörn mundi þetta hafa svo framt upp kveðið að hann mundi ekki stoða að letja. Gaf Þorbjörn mönnum gjafir og var veislu brugðið eftir þetta og fóru menn heim til heimkynna sinna.

Þorbjörn selur lendur sínar og kaupir skip er stóð uppi í Hraunhafnarósi. Réðust til ferðar með honum þrír tigir manna. Var þar Ormur frá Arnarstapa og kona hans og þeir vinir Þorbjarnar er eigi vildu við hann skilja.

Síðan létu þeir í haf. Þá er þeir höfðu út látið var veður hagstætt en er þeir komu í haf tók af byri og fengu þeir mikil veður og fórst þeim ógreitt um sumarið. Því næst kom sótt í lið þeirra og andaðist Ormur og Halldís kona hans og helmingur þeirra. Sjó tók að stæra og fengu þeir vos mikið og vesöld á marga vega og tóku þó Herjólfsnes á Grænlandi við veturnætur sjálfar.

Sá maður bjó á Herjólfsnesi er Þorkell hét. Hann var nytjumaður og hinn besti bóndi. Hann tók við Þorbirni og öllum skipverjum hans um veturinn. Þorkell veitti þeim skörulega. Líkaði Þorbirni vel og öllum skipverjum hans.

4.

Í þenna tíma var hallæri mikið á Grænlandi. Höfðu menn fengið lítið, þeir sem í veiðiferð höfðu verið, en sumir eigi aftur komnir.

Sú kona var þar í byggð er Þorbjörg hét. Hún var spákona og var kölluð lítilvölva. Hún hafði átt sér níu systur og voru allar spákonur og var hún ein eftir á lífi.

Það var háttur Þorbjargar á vetrum að hún fór á veislur og buðu menn henni heim, mest þeir er forvitni var á um forlög sín eða árferð. Og með því að Þorkell var þar mestur bóndi þá þótti til hans koma að vita hvenær létta mundi óárani þessu sem yfir stóð. Þorkell býður spákonu þangað og er henni búin góð viðtaka sem siður var til þá er við þess háttar konu skyldi taka. Búið var henni hásæti og lagt undir hægindi. Þar skyldi í vera hænsafiðri.

En er hún kom um kveldið og sá maður er í móti henni var sendur þá var hún svo búin að hún hafði yfir sér tuglamöttul blán og var settur steinum allt í skaut ofan. Hún hafði á hálsi sér glertölur. Hún hafði á höfði lambskinnskofra svartan og við innan kattarskinn hvítt. Staf hafði hún í hendi og var á hnappur. Hann var búinn messingu og settur steinum ofan um hnappinn. Hún hafði um sig hnjóskulinda og var þar á skjóðupungur mikill. Varðveitti hún þar í töfur þau er hún þurfti til fróðleiks að hafa. Hún hafði kálfskinnsskó loðna á fótum og í þvengi langa og sterklega, látúnshnappar miklir á endunum. Hún hafði á höndum sér kattskinnsglófa og voru hvítir innan og loðnir.

En er hún kom inn þótti öllum mönnum skylt að velja henni sæmilegar kveðjur en hún tók því eftir sem henni voru menn skapfelldir til. Tók Þorkell bóndi í hönd vísindakonunni og leiddi hana til þess sætis er henni var búið. Þorkell bað hana þá renna þar augum yfir hjörð og hjú og híbýli. Hún var fámálug um allt.

Borð voru upp tekin um kveldið og er frá því að segja að spákonunni var matbúið. Henni var ger grautur af kiðjamjólk en til matar henni voru búin hjörtu úr alls konar kvikindum þeim sem þar voru til. Hún hafði messingarspón og hníf tannskeftan, tvíhólkaðan af eiri, og var af brotinn oddurinn.

En er borð voru upp tekin gengur Þorkell bóndi fyrir Þorbjörgu og spyr hversu henni virðist þar híbýli eða hættir manna eða hversu fljótlega hann mun þess vís verða er hann hefir spurt eftir og menn vildu vita. Hún kveðst það ekki mundu upp bera fyrr en um morguninn þá er hún hefði sofið þar um nóttina.

En að áliðnum degi var henni veittur sá umbúningur sem hún skyldi til að fremja seiðinn. Bað hún fá sér konur þær sem kynnu fræði það er þyrfti til seiðinn að fremja og Varðlokur heita. En þær konur fundust eigi. Þá var að leitað um bæinn ef nokkur kynni.

Þá svarar Guðríður: "Hvorki er eg fjölkunnig né vísindakona en þó kenndi Halldís fóstra mín mér á Íslandi það fræði er hún kallaði Varðlokur."

Þorbjörg svaraði: "Þá ertu fróðari en eg ætlaði."

Guðríður segir: "Þetta er þess konar fræði og atferli að eg ætla í öngvum atbeina að vera því að eg er kona kristin."

Þorbjörg svarar: "Svo mætti verða að þú yrðir mönnum að liði hér um en þú værir þá kona ekki að verri. En við Þorkel met eg að fá þá hluti hér til er þarf."

Þorkell herðir nú að Guðríði en hún kveðst mundu gera sem hann vildi. Slógu þá konur hring umhverfis en Þorbjörg sat uppi á seiðhjallinum. Kvað Guðríður þá kvæðið svo fagurt og vel að engi þóttist fyrr heyrt hafa með fegri raust kveðið sá er þar var.

Spákona þakkar henni kvæðið. Hún hafði margar náttúrur hingað að sótt og þótti fagurt að heyra það er kveðið var "er áður vildu frá oss snúast og oss öngva hlýðni veita. En mér eru nú margir þeir hlutir auðsýnir er áður var bæði eg og aðrir duldir. En eg kann það að segja að hallæri þetta mun ekki haldast lengur en í vetur og mun batna árangur sem vorar. Sóttarfar það sem lengi hefir legið mun og batna vonum bráðara. En þér Guðríður skal eg launa í hönd liðsinni það sem oss hefir af staðið því að þín forlög eru mér nú öll glöggsæ. Það muntu gjaforð fá hér á Grænlandi er sæmilegast er til þó að þér verði það eigi til langæðar því að vegir þínir liggja út til Íslands og mun þar koma frá þér ættbogi bæði mikill og góður og yfir þínum ættkvíslum mun skína bjartur geisli. Enda far nú vel og heil, dóttir mín."

Síðan gengu menn að vísindakonunni og frétti hver eftir því sem mest forvitni var á. Var hún og góð af frásögnum. Gekk það og lítt í tauma er hún sagði. Þessu næst var komið eftir henni af öðrum bæ og fór hún þá þangað. Þá var sent eftir Þorbirni því að hann vildi eigi heima vera meðan slík heiðni var framin.

Veðrátta batnaði skjótt þegar er vora tók sem Þorbjörg hafði sagt. Býr Þorbjörn skip sitt og fer uns hann kemur í Brattahlíð. Tekur Eiríkur við honum báðum höndum og kvað það vel er hann var þar kominn. Var Þorbjörn með honum um veturinn og skuldalið hans. Eftir um vorið gaf Eiríkur Þorbirni land á Stokkanesi og var þar ger sæmilegur bær og bjó hann þar síðan.

5.

Eiríkur átti þá konu er Þjóðhildur hét og við henni tvo sonu. Hét annar Þorsteinn en annar Leifur. Þeir voru báðir efnilegir menn. Var Þorsteinn heima með föður sínum og var eigi þá sá maður á Grænlandi er jafn mannvænn þótti sem hann. Leifur hafði siglt til Noregs. Var hann þar með Ólafi konungi Tryggvasyni.

En er Leifur sigldi af Grænlandi um sumarið urðu þeir sæhafa til Suðureyja. Þaðan byrjaði þeim seint og dvöldust þar lengi um sumarið.

Leifur lagði hug á konu þá er Þórgunna hét. Hún var kona ættstór. Það sá Leifur að hún mundi kunna fleira en fátt eitt.

En er Leifur sigldi á brott beiddist Þórgunna að fara með honum. Leifur spurði hvort það væri nokkuð vilji frænda hennar. Hún kveðst ekki að því fara.

Leifur kveðst eigi kunna að gera hertekna svo stórættaða konu í ókunnu landi "en vér liðfáir."

Þórgunna mælti: "Eigi er víst að þér þyki því betur ráðið."

"Á það mun eg hætta," sagði Leifur.

"Þá segi eg þér," sagði Þórgunna, "að eg fer eigi ein saman og mun eg vera með barni og segi eg það af þínum völdum. Þess get eg og að eg muni svein fæða þá er þar kemur til. En þóttú viljir öngvan gaum að gefa þá mun eg upp fæða sveininn og þér senda til Grænlands þegar fara má með öðrum mönnum. En eg get að þér verði að þvílíkum nytjum sonareignin við mér sem nú verður skilnaður okkar til. En koma ætla eg mér til Grænlands áður en lýkur."

Hann gaf henni fingurgull og möttul grænlenskan og tannbelti. Þessi sveinn kom til Grænlands og nefndist Þorgils. Leifur tók við honum að faðerni. Og er það sumra manna sögn að þessi Þorgils kæmi til Íslands fyrir Fróðárundur um sumarið. En sjá Þorgils var síðan á Grænlandi og þótti enn eigi kynjalaust um verða áður lauk.

Þeir Leifur sigldu í brott úr Suðureyjum og tóku Noreg um haustið. Réðst Leifur til hirðar Ólafs konungs Tryggvasonar og lagði konungur á hann góða virðing og þóttist sjá að Leifur mundi vera vel menntur maður.

Eitt sinn kom konungur að máli við Leif og spyr hann: "Ætlar þú til Grænlands í sumar að sigla?"

Leifur svarar: "Það ætla eg ef sá er yðvar vilji."

Konungur svarar: "Eg get að svo muni vel vera. Skaltu fara með erindum mínum að boða kristni á Grænlandi."

Leifur kvað hann ráða mundu en kveðst hyggja að það erindi mundi torflutt á Grænlandi en konungur kveðst eigi þann mann sjá er betur væri til þess fallinn en hann "og muntu giftu til bera."

"Það mun því að eins," kvað Leifur, "að eg njóti yðvar við."

Leifur lét í haf þegar hann var búinn. Leif velkti lengi úti og hitti hann á lönd þau er hann vissi áður öngva von í. Voru þar hveitiakrar sjálfsánir og vínviður vaxinn. Þar voru og þau tré er mösur hétu og höfðu þeir af öllu þessu nokkur merki, sum tré svo mikil að í hús voru lögð.

Leifur fann menn á skipflaki og flutti heim með sér og fékk öllum vist um veturinn. Sýndi hann svo mikla stórmennsku og gæsku af sér. Hann kom kristni á landið og hann bjargaði mönnunum. Var hann kallaður Leifur hinn heppni.

Leifur tók land í Eiríksfirði og fer heim í Brattahlíð. Tóku menn vel við honum. Hann boðaði brátt kristni um landið og almennilega trú og sýndi mönnum orðsendingar Ólafs konungs Tryggvasonar og sagði hversu mörg ágæti og mikil dýrð þessum sið fylgdi.

Eiríkur tók því máli seint að láta sið sinn en Þjóðhildur gekk skjótt undir og lét gera kirkju eigi allnær húsunum. Var það hús kallað Þjóðhildarkirkja. hafði hún þar fram bænir sínar og þeir menn sem við kristni tóku en þeir voru margir. Þjóðhildur vildi ekki halda samfarar við Eirík síðan er hún tók trú en honum var það mjög í móti skapi.

Af þessu gerðist orð mikið að menn mundu leita lands þess er Leifur hafði fundið. Var þar formaður Þorsteinn Eiríksson, góður maður og fróður og vinsæll. Eiríkur var og til beðinn og trúðu menn því að hans gæfa mundi framast vera og forsjá. Hann var þá fyrir en kvað eigi nei við er vinir hans fýstu hann til. Bjuggu þeir skip það síðan er Þorbjörn hafði út haft og voru til ráðnir tuttugu menn. Höfðu þeir fé lítið en meir vopn og vistir.

Þann morgun er Eiríkur fór heiman tók hann kistil og var þar í gull og silfur. Fal hann það fé og fór síðan leiðar sinnar. Og er hann var skammt á leið kominn féll hann af baki og braut rif sín og lesti öxl sína og kvað við: "Ái, ái."

Af þessum atburð sendi hann konu sinni orð, að hún tæki féið á brott það er hann hafði fólgið, lét þess hafa að goldið er hann hafði féið fólgið.

Síðan sigldu þeir út úr Eiríksfirði með gleði og þótti vænt um sitt ráð. Þá velkti lengi úti í hafi og komu ekki á þær slóðir sem þeir vildu. Þeir komu í sýn við Ísland og svo höfðu þeir fugl af Írlandi. Reiddi þá skip þeirra um haf innan, fóru aftur um haustið og voru mæddir og mjög þrekaðir og komu við vetur sjálfan á Eiríksfjörð.

Þá mælti Eiríkur: "Kátari voruð þér í sumar er þér fóruð út úr firðinum en nú erum vér og eru nú þó mörg góð að."

Þorsteinn mælti: "Það er nú höfðinglegt bragð að sjá nokkuð ráð fyrir þeim mönnum sem nú eru ráðlausir og fá þeim vistir."

Eiríkur svarar: "Skal þín orð um þetta fara."

Fóru nú allir þeir er eigi höfðu áður vistir með þeim feðgum. Síðan tóku þeir land og fóru heim.

6.

Nú er frá því að segja að Þorsteinn Eiríksson vakti bónorð við Guðríði Þorbjarnardóttur. Var því máli vel svarað bæði af henni og svo af föður hennar og er þetta að ráðum gert að Þorsteinn gekk að eiga Guðríði og var brúðkaupið í Brattahlíð um haustið. Fór sú veisla vel fram og var mjög fjölmenn.

Þorsteinn átti bú í Vestribyggð á bæ þeim er í Lýsufirði heitir. Sá maður átti þar helming í búi er Þorsteinn hét. Sigríður hét kona hans. Fóru þau Þorsteinn heim í Lýsufjörð og Guðríður bæði. Var þar vel við þeim tekið. Voru þau þar um veturinn.

Það gerðist þar til tíðinda að sótt kom í bæ þeirra er lítið var af vetri. Garði hét þar verkstjóri. Hann var óvinsæll maður. Hann tók fyrst sótt og andaðist. Síðan var skammt að bíða að hver tók sótt að öðrum og önduðust.

Þá tók sótt Þorsteinn Eiríksson og Sigríður kona Þorsteins. Og eitt kveld fýsist hún að ganga til garðs þess er stóð í gegnt útidyrum.

Guðríður fylgdi og sóttu þær í mót dyrunum. Þá kvað Sigríður: "Ó."

Guðríður mælti: "Við höfum farið óhyggilega og áttu öngvan stað við að kalt veður komi á og förum inn sem skjótast."

Sigríður svarar: "Eigi fer eg að svo búnu. Hér er liðið allt hið dauða fyrir dyrunum og þar í sveit kenni eg Þorstein bónda þinn og kenni eg mig og er slíkt hörmung að sjá."

Og er þetta leið af mælti hún: "Förum við nú Guðríður. Nú sé eg eigi liðið."

Var þá og verkstjórinn horfinn er henni þótti áður hafa svipu í hendi og vilja berja liðið.

Síðan gengu þær inn og áður morgunn kæmi var hún önduð og var ger kista að líkinu.

Og þann sama dag ætluðu menn út að róa og leiddi Þorsteinn þá til vara og í annan lit fór hann að sjá um veiðiskap þeirra. Þá sendi Þorsteinn Eiríksson nafna sínum orð að hann kæmi til hans og sagði svo að þar var varla kyrrt og húsfreyja vildi færast á fætur og vildi undir klæðin hjá honum. Og er hann kom inn var hún komin á rekkjustokkinn hjá honum. Hann tók hana höndum og lagði bolöxi fyrir brjóstið.

Þorsteinn Eiríksson andaðist nær dagsetri. Þorsteinn bað Guðríði leggjast niður og sofa en hann kveðst vaka mundu um nóttina yfir líkunum. Hún gerir svo.

Guðríður sofnar brátt og er skammt leið á nóttina reistist hann upp Þorsteinn og kveðst vilja að Guðríður væri þangað kölluð og kveðst vilja mæla við hana: "Guð vill að þessi stund sé mér gefin til leyfis og umbóta míns ráðs."

Þorsteinn gengur á fund Guðríðar og vakti hana og bað hana signa sig og biðja sér guð hjálpa "Þorsteinn Eiríksson hefur mælt við mig að hann vill finna þig. Sjá þú nú ráð fyrir, hvorgis kann eg fýsa."

Hún svarar: "Vera kann að þetta sé ætlað til nokkurra hluta þeirra sem síðan eru í minni hafðir, þessi hinn undarlegi hlutur, en eg vænti að guðs gæsla mun yfir mér standa. Mun eg á hætta með guðs miskunn að mæla við hann því að eg má nú ekki forðast mein til mín. Vil eg síður að hann gangi víðara. En mig grunar að það sé að öðrum kosti."

Nú fór Guðríður og hitti Þorstein og sýndist henni sem hann felldi tár og mælti í eyra henni nokkur orð hljótt svo að hún ein vissi og sagði að þeir menn væru sælir er trúna héldu vel og henni fylgdi miskunn og hjálp og sagði þó að margir héldu hana illa "er það engi háttur sem hér hefir verið á Grænlandi síðan kristni var hér að setja menn niður í óvígða mold við litla yfirsöngva. Vil eg mig láta flytja til kirkju og aðra þá menn sem hér hafa andast en Garða vil eg láta brenna á báli sem skjótast því að hann veldur öllum afturgöngum sem hér hafa orðið í vetur.

Hann sagði henni og um sína hagi og kvað hennar forlög mikil mundu verða en hann bað hana varast að giftast grænlenskum manni. Bað hann og að hún legði fé þeirra til kirkju eða gefa það fátækum mönnum. Og þá hneig hann aftur í öðru.

Sá hafði háttur verið á Grænlandi síðan kristni kom út þangað að menn voru grafnir þar á bæjum, er menn önduðust, í óvígðri moldu. Skyldi setja staur upp af brjósti en síðan er kennimenn komu til þá skyldi kippa upp staurnum og hella þar í vígðu vatni og veita þar yfirsöngva þótt það væri miklu síðar.

Líkin voru færð til kirkju í Eiríksfjörð og veittir yfirsöngvar af kennimönnum.

Eftir það andaðist Þorbjörn. Bar þá féið allt undir Guðríði. Tók Eiríkur við henni og sá vel um kost hennar.

7.

Maður hét Þorfinnur karlsefni, son Þórðar hesthöfða, er bjó norður í Reyninesi í Skagafirði er nú er kallað. Karlsefni var ættgóður maður og auðigur að fé. Þórunn hét móðir hans. Hann var í kaupferðum og þótti fardrengur góður.

Eitt sumar býr Karlsefni skip sitt og ætlaði til Grænlands. Réðst til ferðar með honum Snorri Þorbrandsson úr Álftafirði og voru fjórir tigir manna með þeim.

Maður hét Bjarni Grímólfsson, breiðfirskur maður. Annar hét Þórhallur Gamlason, austfirskur maður. Þeir bjuggu skip sitt samsumars sem Karlsefni og ætluðu til Grænlands. Þeir voru á skipi fjórir tigir manna.

Láta þeir í haf fram tvennum skipum þegar þeir eru búnir. Eigi var um það getið hversu langa útivist þeir höfðu, en frá því er að segja að bæði þessi skip komu í Eríksfjörð um haustið.

Eiríkur reið til skips og aðrir landsmenn og tókst með þeim greiðleg kaupstefna. Buðu stýrimenn Eiríki að hafa slíkt af varninginum sem hann vildi. En Eiríkur sýni mikla stórmennsku af sér í móti því að hann bauð þessum skipverjunum báðum heim til sín til veturvistar í Brattahlíð. Þetta þágu kaupmenn og fóru með Eiríki. Síðan var fluttur heim varningur þeirra í Brattahlíð. Skorti þar eigi góð og stór útibúr að varðveita í. Líkaði kaupmönnum vel með Eiríki um veturinn.

En er dró að jólum tók Eiríkur að verða ógladdari en hann átti vanda til.

Eitt sinn kom Karlsefni að máli við Eirík og mælti: "Er þér þungt Eiríkur? Eg þykist finna að þú ert nokkuru fálátari en verið hefir, og þú veitir oss með mikilli rausn og erum vér skyldir að launa þér eftir því sem vér höfum föng á. Nú segðu hvað ógleði þinni veldur."

Eiríkur svarar: "Þér þiggið vel og góðmannlega. Nú leikur mér það eigi í hug að á yður hallist um vor viðskipti. Hitt er heldur að mér þykir illt ef að er spurt að þér hafið engi jól verri haft en þessi er nú koma í hönd."

Karlsefni svarar: "Það mun ekki á þá leið. Vér höfum á skipum vorum malt og mjöl og korn og er yður heimilt að hafa af slíkt sem þér viljið og gerið veislu slíka sem stórmennsku ber til."

Og það þiggur hann. Var þá búið til jólaveislu og varð hún svo sköruleg að menn þóttust trautt slíka rausnarveislu séð hafa.

Og eftir jólin vekur Karlsefni við Eirík um ráðahag við Guðríði er honum leist sem það mundi á hans forræði en honum leist kona fríð og vel kunnandi. Eiríkur svarar, kveðst vel mundu undir taka hans mál en kvað hana góðs gjaforð verða "er það og líklegt að hún fylgi sínum forlögum" þó að hún væri honum gefin og kvað góða frétt af honum koma.

Nú er vakið mál við hana og lét hún það sitt ráð sem Eiríkur vildi fyrir sjá. Og er nú ekki að lengja um það að þessi ráð tókust og var þá veisla aukin og gert brullaup.

Gleði mikið var í Brattahlíð um veturinn.

8.

Á því léku miklar umræður um veturinn í Brattahlíð að þar voru mjög töfl uppi höfð og sagnaskemmtan og margt það er til híbýlabótar mátti vera. Ætluðu þeir Karlsefni og Snorri að leita Vínlands og töluðu menn margt um það. En því lauk svo að þeir Karlsefni og Snorri bjuggu skip sitt og ætluðu að leita Vínlands um sumarið. Til þeirrar ferðar réðust þeir Bjarni og Þórhallur með skip sitt og það föruneyti er þeim hafði fylgt.

Maður hét Þorvarður. Hann átti Freydísi, dóttur Eiríks rauða laungetna. Hann fór með þeim og Þorvaldur son Eiríks og Þórhallur er var kallaður veiðimaður. Hann hafði lengi verið í veiðiförum með Eiríki um sumrum og hafði hann margar varðveislur. Þórhallur var mikill vexti, svartur og þurslegur. Hann var heldur við aldur, ódæll í skapi, hljóðlyndur, fámálugur hversdaglega, undirförull og þó atmælasamur og fýstist jafnan hins verra. Hann hafði lítt við trú blandast síðan hún kom á Grænland. Þórhallur var lítt vinsældum horfinn en þó hafði Eiríkur lengi tal af honum haldið. Hann var á skipi með þeim Þorvaldi því að honum var víða kunnigt í óbyggðum. Þeir höfðu það skip er Þorbjörn hafði út þangað og réðust til ferðar með þeim Karlsefni og voru þar flestir grænlenskir menn á. Á skipum þeirra voru fjórir tigir manna annars hundraðs.

Sigldu þeir undan síðan til Vestribyggðar og til Bjarneyja. Sigldu þeir þaðan undan Bjarneyjum norðan veður. Voru þeir úti tvö dægur. Þá fundu þeir land og reru fyrir á bátum og könnuðu landið og fundu þar hellur margar og svo stórar að tveir menn máttu vel spyrnast í iljar. Melrakkar voru þar margir. Þeir gáfu nafn landinu og kölluð Helluland.

Þá sigldu þeir norðan veður tvö dægur og var þá land fyrir þeim og var á skógur mikill og dýr mörg. Ey lá í landsuður undan landinu og fundu þeir þar bjarndýr og kölluðu Bjarney en landið kölluðu þeir Markland. Þar er skógurinn.

Þá er liðin voru tvö dægur sjá þeir land og þeir sigldu undir landið. Þar var nes er þeir komu að. Þeir beittu með landinu og létu landið á stjórnborða. Þar var öræfi og strandir langar og sandar. Fara þeir á bátum til lands og fundu þar á nesinu kjöl af skipi og köllu þar Kjalarnes. Þeir gáfu og nafn ströndunum og köllu Furðustrandir því að langt var með að sigla. Þá gerðist vogskorið landið og héldu þeir skipunum að vogunum.

Það var þá er Leifur var með Ólafi konungi Tryggvasyni og hann bað hann boða kristni á Grænlandi og þá gaf konungur honum tvo menn skoska. Hét karlmaðurinn Haki en konan Hekja. Konungur bað Leif taka til þessara manna ef hann þyrfti skjótleiks við því að þau voru dýrum skjótari. Þessa menn fengu þeir Leifur og Eiríkur til fylgdar við Karlsefni.

En er þeir höfðu siglt fyrir Furðustrandir þá létu þeir hina skosku menn á land og báðu þau hlaupa í suðurátt og leita landskosta og koma aftur áður þrjú dægur væru liðin. Þau voru svo búin að þau höfðu það klæði er þau kölluð kjafal. Það var svo gert að hötturinn var á upp og opið að hliðum og engar ermar á og hneppt í milli fóta. Hélt þar saman hnappur og nesla en ber voru annars staðar.

Þeir köstuðu akkerum og lágu þar þessa stund. Og er þrír dagar voru liðnir hljópu þau af landi ofan og hafði annað þeirra í hendi vínber en annað hveiti sjálfsáið. Sagði Karlsefni að þau þóttust fundið hafa landskosti góða.

Tóku þeir þau á skip sitt og fóru leiðar sinnar þar til er varð fjarðskorið. Þeir lögðu skipunum inn á fjörðinn. Þar var ey ein út fyrir og voru þar straumar miklir og um eyna. Þeir kölluð hana Straumsey. Fugl var þar svo margur að trautt mátti fæti niður koma í milli eggjanna.

Þeir héldu inn með firðinum og kölluðu hann Straumsfjörð og báru farminn af skipunum og bjuggust þar um. Þeir höfðu með sér alls konar fé og leituðu sér þar landsnytja. Fjöll voru þar og fagurt var þar um að litast. Þeir gáðu einskis nema að kanna landið. Þar voru grös mikil.

Þar voru þeir um veturinn og gerðist vetur mikill en ekki fyrir unnið og gerðist illt til matarins og tókust af veiðarnar. Þá fóru þeir út í eyna og væntu að þar mundi gefa nokkuð af veiðum eða rekum. Þar var þó lítið til matfanga en fé þeirra varð þar vel. Síðan hétu þeir á guð að hann sendi þeim nokkuð til matfanga og var eigi svo brátt við látið sem þeim var annt til.

Þórhallur hvarf á brott og gengu menn að leita hans. Stóð það yfir þrjú dægur í samt. Á hinu fjórða dægri fundu þeir Karlsefni og Bjarni hann Þórhall á hamargnípu einni. Hann horfði í loft upp og gapti hann, bæði augum og munni og nösum, og klóraði sér og klípti sig og þuldi nokkuð. Þeir spurðu hví hann væri þar kominn. Hann kvað það öngu skipta. Bað hann þá ekki það undrast, kveðst svo lengst lifað hafa að þeir þurftu eigi ráð fyrir honum að gera. Þeir báðu hann fara heim með sér. Hann gerði svo.

Litlu síðar kom þar hvalur og drifu menn til og skáru hann en þó kenndu menn eigi hvað hval það var. Karlsefni kunni mikla skyn á hvalnum og kenndi hann þó eigi. Þenna hval suðu matsveinar og átu af og varð þó öllum illt af.

Þá gengur Þórhallur að og mælti: "Var eigi svo að hinn rauðskeggjaði varð drjúgari enn Kristur yðvar? Þetta hafði eg nú fyrir skáldskap minn er eg orti um Þór fulltrúann. Sjaldan hefir hann mér brugðist."

Og er menn vissu þetta vildu öngvir nýta og köstuðu fyrir björg ofan og sneru sínu máli til guðs miskunnar. Gaf þeim þá út að róa og skorti þá eigi birgðir.

Um vorið fara þeir inn í Straumsfjörð og höfðu föng af hvorutveggja landinu, veiðar af meginlandinu, eggver og útróðra af sjónum.

9.

Nú ræða þeir um ferð sína og hafa tilskipan. Vill Þórhallur veiðimaður fara norður um Furðustrandir og fyrir Kjalarnes og leita svo Vínlands en Karlsefni vill fara suður fyrir land og fyrir austan og þykir land því meira sem suður er meir og þykir honum það ráðlegra að kanna hvorttveggja. Nú býst Þórhallur út undir eynni og urðu eigi meir í ferð með honum en níu menn. En með Karlsefni fór annað liðið þeirra.

Og einn dag er Þórhallur bar vatn á skip sitt þá drakk hann og kvað vísu þessa:

Hafa kváðu mig meiðar
málmþings, er kom eg hingað,
mér samir láð fyr lýðum
lasta, drykk hinn basta.
Bílds hattar verðr byttu
beiði-Týr að reiða.
Heldr er svo að eg krýp að keldu,
komat vín á grön mína.

Láta þeir út síðan og fylgir Karlsefni þeim undir eyna. Áður þeir drógu seglið upp kvað Þórhallur vísu:

Förum aftr þar er órir
eru sandhimins landar,
látum kenni-Val kanna
knarrar skeið hin breiðu.
Meðan bilstyggir byggja
bellendr og hval vella
Laufa veðrs, þeir er leyfa
lönd, á Furðuströndum.

Síðan skildu þeir og sigldu norður fyrir Furðustrandir og Kjalarnes og vildu beita þar fyrir vestan. Kom þá veður á móti þeim og rak þá upp við Írland og voru þar mjög þjáðir og barðir. Þá lét Þórhallur líf sitt.

10.

Karlsefni fór suður fyrir land og Snorri og Bjarni og annað lið þeirra. Þeir fóru lengi og til þess er þeir komu að á þeirri er féll af landi ofan og í vatn og svo til sjóvar. Eyrar voru þar miklar fyrir árósinum og mátti eigi komast inn í ána nema að háflæðum.

Sigldu þeir Karlsefni þá til áróssins og kölluðu í Hópi landið. Þar fundu þeir sjálfsána hveitiakra þar sem lægðir voru en vínviður allt þar sem holta kenndi. Hver lækur var þar fullur af fiskum. Þeir gerðu þar grafir sem landið mættist og flóðið gekk efst, og er út féll voru helgir fiskar í gröfunum. Þar var mikill fjöldi dýra á skógi með öllu móti. Þeir voru þar hálfan mánuð og skemmtu sér og urðu við ekki varir. Fé sitt höfðu þeir með sér.

Og einn morgunn snemma er þeir lituðust um sáu þeir níu húðkeipa og var veift trjánum af skipunum og lét því líkast í sem í hálmþústum og fer sólarsinnis.

Þá mælti Karlsefni: "Hvað mun þetta tákna?"

Snorri svarar honum: "Vera kann að þetta sé friðartákn og tökum skjöld hvítan og berum í mót."

Og svo gerðu þeir. Þá reru hinir í mót og undruðust þá og gengu þeir á land. Þeir voru smáir menn og illilegir og illt höfðu þeir hár á höfði. Eygðir voru þeir mjög og breiðir í kinnunum og dvöldust þeir um stund og undruðust, reru síðan í brott og suður fyrir nesið.

Þeir höfðu gert byggðir sínar upp frá vatninu og voru sumir skálarnir nær vatninu en sumir firr. Nú voru þeir þar þann vetur. Þar kom alls engi snjár og allur fénaður gekk þar úti sjálfala.

11.

En er vora tók geta þeir að líta einn morgun snemma að fjöldi húðkeipa reri sunnan fyrir nesið, svo margir sem kolum væri sáð og var þó veift á hverju skipi trjánum.

Þeir brugðu þá skjöldum upp og tóku kaupstefnu sín á millum og vildi það fólk helst kaupa rautt klæði. Þeir vildu og kaupa sverð og spjót en það bönnuðu þeir Karlsefni og Snorri. Þeir höfðu ófölvan belg fyrir klæðið og tóku spannarlangt klæði fyrir belg og bundu um höfuð sér og fór svo um stund. En er minnka tók klæðið þá skáru þeir í sundur svo að eigi var breiðara en þvers fingrar breitt. Gáfu þeir Skrælingjar jafnmikið fyrir eða meira.

Það bar til að griðungur hljóp úr skógi er þeir Karlsefni áttu og gall hátt við. Þeir fælast við Skrælingjar og hlaupa út á keipana og reru suður fyrir land. Varð þá ekki vart við þá þrjár vikur í samt.

En er sjá stund var liðin sjá þeir sunnan fara mikinn fjölda skipa Skrælingja svo sem straumur stæði. Var þá veift trjánum öllum rangsælis og ýla allir Skrælingjar hátt upp. Þá tóku þeir rauða skjöldu og báru í mót.

Gengu þeir þá saman og börðust. Varð þar skothríð hörð. Þeir höfðu og valslöngur Skrælingjar.

Það sjá þeir Karlsefni og Snorri að þeir færðu upp á stöngum Skrælingjarnir knött mikinn og blán að lit og fló upp á land yfir liðið og lét illilega við þar er niður kom.

Við þetta sló ótta miklum yfir Karlsefni og á lið hans svo að þá fýsti einskis annars en halda undan og upp með ánni því að þeim þótti lið Skrælingja drífa að sér öllum megin og létta eigi fyrr en þeir koma til hamra nokkurra. Veittu þeir þar viðtöku harða.

Freydís kom út og sá er þeir héldu undan. Hún kallaði: "Hví rennið þér undan slíkum auvirðismönnum, svo gildir menn er mér þætti líklegt að þér mættuð drepa þá svo sem búfé? Og ef eg hefði vopn þætti mér sem eg mundi betur berjast en einnhver yðvar."

Þeir gáfu öngvan gaum hvað sem hún sagði. Freydís vildi fylgja þeim og varð hún heldur sein því að hún var eigi heil. Gekk hún þá eftir þeim í skóginn en Skrælingjar sækja að henni. Hún fann fyrir sér mann dauðan, Þorbrand Snorrason, og stóð hellusteinn í höfði honum. Sverðið lá hjá honum og hún tók það upp og býst að verja sig með. Þá koma Skrælingjar að henni. Hún tekur brjóstið upp úr serkinum og slettir á sverðið. Þeir fælast við og hlaupa undan og á skip sín og héldu á brottu. Þeir Karlsefni finna hana og lofa happ hennar.

Tveir menn féllu af Karlsefni en fjórir af Skrælingjum en þó urðu þeir Karlsefni ofurliði bornir. Fara þeir nú til búða sinna og íhuga hvað fjölmenni það var er að þeim sótti á landinu. Sýnist þeim nú að það eina mun liðið hafa verið er á skipunum kom an annað liðið mun hafa verið þversýningar.

Þeir Skrælingjar fundu og mann dauðan og lá öx hjá honum. Einn þeirra tók upp öxina og höggur með tré og þá hver að öðrum og þótti þeim vera gersemi og bíta vel. Síðan tók einn og hjó í stein og brotnaði öxin. Þótti honum þá öngu nýt er eigi stóð við grjótinu og kastaði niður.

Þeir þóttust nú sjá þótt þar væru landskostir góðir að þar mundi jafnan ófriður og ótti á liggja af þeim er fyrir bjuggu.

Síðan bjuggust þeir á brottu og ætluðu til síns lands og sigldu norður fyrir landið og fundu fimm Skrælingja í skinnhjúpum, sofnaða, nær sjó. Þeir höfðu með sér stokka og í dýramerg, dreyra blandinn. Þóttust þeir Karlsefni það skilja að þessir menn myndu hafa verið gervir brott af landinu. Þeir drápu þá. Síðan fundu þeir Karlsefni nes eitt og á fjölda dýra. Var nesið að sjá sem mykiskán væri af því að dýrin lágu þar um næturnar.

Nú koma þeir Karlsefni aftur í Straumsfjörð og voru þar fyrir alls gnóttir þess er þeir þurftu að hafa.

Það er sumra manna sögn að þau Bjarni og Guðríður hafi þar eftir verið og tíu tigir manna með þeim og hafi eigi farið lengra, en þeir Karlsefni og Snorri hafi suður farið og fjórir tigir manna með þeim og hafi eigi lengur verið í Hópi en vart tvo mánuði og hafi sama sumar aftur komið.

Karlsefni fór þá einu skipi að leita Þórhalls veiðimanns en annað liðið var eftir og fóru þeir norður fyrir Kjalarnes og ber þá fyrir vestan fram og var landið á bakborða þeim. Þar voru þá eyðimerkur einar allt að sjá fyrir þeim og nær hvergi rjóður í. Og er þeir höfðu lengi farið fellur á af landi ofan úr austri og í vestur. Þeir lögðu inn í árósinn og lágu við hinn syðra bakkann.

12.

Það var einn morgun er þeir Karlsefni sáu fyrir ofan rjóðrið flekk nokkurn sem glitraði við þeim og æptu þeir á það. Það hrærðist og var það einfætingur og skaust ofan á þann árbakkann sem þeir lágu við. Þorvaldur Eiríksson rauða sat við stýri.

Þá mælti Þorvaldur: "Gott land höfum vér fengið."

Þá hleypur einfætingurinn á brott og norður aftur og skaut áður í smáþarma á Þorvald. Hann dró út örina.

Þá mælti Þorvaldur: "Feitt er um ístruna."

Þeir hljópu eftir einfætingi og sáu hann stundum og þótti sem hann leitaði undan. Hljóp hann út á vog einn. Þá hurfu þeir aftur. Þá kvað einn maður kviðling þenna:

Eltu seggir,
allsatt var það,
einn einfæting
ofan til strandar
en kynlegr maðr
kostaði rásar
hart of stopir,
heyrðu, Karlsefni.

Þeir fóru þá í brott og norður aftur og þóttust sjá Einfætingaland. Vildu þeir þá eigi lengur hætta liði sínu. Þeir ætluðu öll ein fjöll, þau er í Hópi voru og þessi er nú fundu þeir, og það stæðist mjög svo á og væri jafnlangt úr Straumsfirði beggja vegna.

Fóru þeir aftur og voru í Straumsfirði hinn þriðja vetur. Gengu menn þá mjög sleitum. Sóttu þeir er kvonlausir voru í hendur þeim er kvongaðir voru. Þar kom til hið fyrsta haust Snorri son Karlsefnis og var hann þá þrívetur er þeir fóru á brott.

Höfðu þeir sunnanveður og hittu Markland og fundu Skrælingja fimm. Var einn skeggjaður og tvær konur, börn tvö. Tóku þeir

Karlsefni til sveinanna en hitt komst undan og sukku í jörð niður. En sveinana höfðu þeir með sér og kenndu þeim mál og voru skírðir. Þeir nefndu móður sína Vethildi og föður Óvægi. Þeir sögðu að konungar stjórnuðu Skrælingjalandi. Hét annar þeirra Avaldamon en annar hét Valdidida. Þeir kváðu þar engi hús og lágu menn í hellum eða holum. Þeir sögðu land þar öðrumegin gagnvart sínu landi og gengu menn þar í hvítum klæðum og æptu hátt og báru stangir og fóru með flíkur. Það ætla menn Hvítramannaland. Nú komu þeir til Grænlands og eru með Eiríki rauða um veturinn.

13.

Þá Bjarna Grímólfsson bar í Grænlandshaf og komu í maðksjá. Fundu þeir eigi fyrr en skipið gerist maðksmogið undir þeim. Þá töluðu þeir um hvert ráð þeir skyldu taka. Þeir höfðu eftirbát þann er bræddur var seltjöru. Það segja menn að skelmaðkurinn smjúgi eigi það tré er seltjörunni er brætt. Var það flestra manna sögn og tillaga að skipa mönnum bátinn svo sem hann tæki upp. En er það var reynt þá tók báturinn eigi meir upp en helming manna. Bjarni mælti þá að menn skyldu fara í bátinn og skyldi það fara að hlutföllum en eigi að mannvirðingum. En hver þeirra manna vildi fara í bátinn sem þar voru, þá mátti hann eigi við öllum taka. Fyrir því tóku þeir þetta ráð að hluta menn í bátinn og af kaupskipinu. Hlutaðist þar svo til að Bjarni hlaut að fara í bátinn og nær helmingur manna með honum. Þá gengu þeir af skipinu og í bátinn er til þess höfðu hlotist.

Þá er menn voru komnir í bátinn mælti einn ungur maður íslenskur sá er verið hafði förunautur Bjarna: "Ætlar þú Bjarni að skiljast hér við mig?"

Bjarni svarar: "Svo verður nú að vera."

Hann segir: "Svo með því að þú hést mér eigi því þá er eg fór með þér frá Íslandi frá búi föður míns."

Bjarni segir: "Eigi sé eg hér þó annað ráð til eða hvað leggur þú hér til ráðs?"

Hann segir: "Sé eg ráðið til að við skiptumst í rúmunum og farir þú hingað en eg mun þangað."

Bjarni svarar: "Svo skal vera og það sé eg að þú vinnur gjarna til lífs og þykir mikið fyrir að deyja."

Skiptust þeir þá í rúmunum. Gekk þessi maður í bátinn en Bjarni upp í skipið og er það sögn manna að Bjarni létist þar í maðkahafinu og þeir menn sem í skipinu voru með honum. En báturinn og þeir er þar voru á fóru leiðar sinnar til þess er þeir tóku land og sögðu þessa sögu síðan.

14.

Annað sumar eftir fór Karlsefni til Íslands og Guðríður með honum og fór hann heim til bús síns í Reynines. Móður hans þótti sem hann hefði lítt til kostar tekið og var hún eigi heima þar hinn fyrsta vetur. En er hún reyndi að Guðríður var skörungur mikill fór hún heim. Og voru samfarar þeirra góðar.

Dóttir Snorra Karlsefnissonar var Hallfríður móðir Þorláks byskups Runólfssonar. Þau áttu son er Þorbjörn hét. Hans dóttir hét Þórunn, móðir Bjarnar byskups. Þorgeir hét sonur Snorra Karlsefnissonar, faðir Yngveldar, móður Brands byskups hins fyrra.

Og lýkur þar þessi sögu.

EIRÍKS SAGA RAUÐA

1. Frá Auði djúpúðgu ok Vífli.

Óláfr hét herkonungr, er kallaðr var Óláfr hvíti. Hann var sonr Ingjalds konungs Helgasonar, Óláfssonar, Guðröðarsonar, Hálfdanarsonar hvítbeins Upplendingakonungs.

Óláfr herjaði í vestrvíking ok vann Dyflinni á Írlandi ok Dyflinnarskíri. Þar gerðist hann konungr yfir. Hann fekk Auðar djúpúðgu, dóttur Ketils flatnefs, Bjarnarsonar bunu, ágæts manns ór Nóregi. Þorsteinn rauðr hét sonr þeira.

Óláfr fell á Írlandi í orrostu, en Auðr ok Þorsteinn fóru þá í Suðreyjar. Þar fekk Þorsteinn Þuríðar, dóttur Eyvindar Austmanns, systur Helga ins magra. Þau áttu mörg börn.

Þorsteinn gerðist herkonungr. Hann réðst til lags með Sigurði jarli inum ríka, syni Eysteins glumru. Þeir unnu Katanes ok Suðrland, Ross ok Meræfi ok meir en hálft Skotland. Gerðist Þorsteinn þar konungr yfir, áðr Skotar sviku hann, ok fell hann þar í orrostu.

Auðr var þá á Katanesi, er hon spurði fall Þorsteins. Hon lét þá gera knörr í skógi á laun, ok er hon var búin, helt hon út í Orkneyjar. Þar gifti hon Gró, dóttur Þorsteins rauðs. Hon var móðir Grélaðar, er Þorfinnr jarl hausakljúfr átti.

Eftir þat fór Auðr at leita Íslands. Hon hafði á skipi tuttugu karla frjálsa. Auðr kom til Íslands ok var inn fyrsta vetr í Bjarnarhöfn með Birni, bróður sínum. Síðan nam Auðr öll Dalalönd milli Dögurðarár ok Skraumuhlaupsár. Hon bjó í Hvammi. Hon hafði bænahald í Krosshólum. Þar lét hon reisa krossa, því at hon var skírð ok vel trúuð. Með henni kómu út margir göfgir menn, þeir er herteknir höfðu verit í vestrvíking ok váru kallaðir ánauðgir.

Einn af þeim hét Vífill. Hann var ættstórr maðr ok hafði verit hertekinn fyrir vestan haf ok var kallaðr ánauðigr, áðr Auðr leysti hann. Ok er Auðr gaf bústaði skipverjum sínum, þá spurði Vífill, hví Auðr gæfi honum engan bústað sem öðrum mönnum. Auðr kvað þat eigi mundu skipta, kallaði hann þar göfgan mundu þykkja, sem hann væri. Hon gaf honum Vífilsdal, ok bjó hann þar. Hann átti þá konu, er hét -- --. Þeira synir váru þeir Þorbjörn ok Þorgeirr. Þeir váru efniligir menn ok óxu upp með föður sínum.

2. Eiríkr rauði fann Grænland.

Þorvaldr hét maðr. Hann var sonr Ásvalds Úlfssonar, Öxna-Þórissonar. Eiríkr rauði hét sonr hans. Þeir feðgar fóru af Jaðri til Íslands fyrir víga sakar ok námu land á Hornströndum ok bjuggu at Dröngum. Þar andaðist Þorvaldr.

Eiríkr fekk þá Þjóðhildar, dóttur Jörundar Úlfssonar ok Þorbjargar knarrarbringu, er þá átti Þorbjörn inn haukdælski. Réðst Eiríkr þá norðan ok ruddi land í Haukadal ok bjó á Eiríksstöðum hjá Vatnshorni.

Þá felldu þrælar Eiríks skriðu á bæ Valþjófs á Valþjófsstöðum. Eyjólfr saurr, frændi hans, drap þrælana hjá Skeiðsbrekkum upp frá Vatnshorni. Fyrir þat vá Eiríkr Eyjólf saur. Hann vá ok Hólmgöngu-Hrafn at Leikskálum. Geirsteinn ok Oddr á Jörva, frændi Eyjólfs, mæltu eftir hann.

Þá var Eiríkr gerr brott ór Haukadal. Hann nam þá Brokey ok Öxney ok bjó at Tröðum í Suðrey inn fyrsta vetr. Þá léði hann Þorgesti setstokka. Síðan fór Eiríkr í Öxney ok bjó á Eiríksstöðum. Þá heimti hann setstokkana ok náði eigi. Eiríkr sótti setstokkana á Breiðabólstað, en Þorgestr fór eftir honum. Þeir börðust skammt frá garði at Dröngum. Þar fellu tveir synir Þorgests ok nökkurir menn aðrir.

Eftir þat höfðu hvárirtveggju setu fjölmenna. Styrr veitti Eiríki ok Eyjólfr ór Svíney, Þorbjörn Vífilsson ok synir Þorbrands ór Álftafirði, en Þorgesti veittu synir Þórðar gellis ok Þorgeirr ór Hítardal, ok Áslákr ór Langadal ok Illugi, sonr hans.

Þeir Eiríkr urðu sekir á Þórsnessþingi. Hann bjó skip í Eiríksvági, en Eyjólfr leyndi honum í Dímunarvági, meðan þeir Þorgestr leituðu hans um eyjarnar. Þeir Þorbjörn ok Eyjólfr ok Styrr fylgðu Eiríki út um eyjarnar, ok skilðust þeir með inni mestu vináttu. Kveðst Eiríkr þeim skyldu verða at þvílíku trausti, ef hann mætti sér við koma ok kynni þeir hans at þurfa. Hann sagði þeim, at hann ætlaði at leita lands þess, er Gunnbjörn, sonr Úlfs kráku, sá, er hann rak vestr um haf ok hann fann Gunnbjarnarsker. Hann kveðst aftr mundu leita til vina sinna, ef hann fyndi landit.

Sigldi Eiríkr á haf undan Snæfellsjökli. Hann kom útan at jökli þeim, er heitir Bláserkr. Hann fór þaðan suðr at leita, ef þar væri byggjanda.

Hann var inn fyrsta vetr í Eiríksey nær miðri inni eystri byggð. Um várit eftir fór hann til Eiríksfjarðar ok tók sér þar bústað. Hann fór þat sumar í ina vestri óbyggð ok gaf víða örnefni. Hann var annan vetr í Eiríkshólmum við Hvarfsgnípu en it þriðja sumar fór hann allt norðr til Snæfells ok inn í Hrafnsfjörð. Þá þóttist hann kominn fyrir botn Eiríksfjarðar. Hverfr hann þá aftr ok var inn þriðja vetr í Eiríksey fyrir mynni Eiríksfjarðar.

En eftir um sumarit fór hann til Íslands ok kom í Breiðafjörð. Hann var þann vetr með Ingólfi á Hólmlátri. Um várit börðust þeir Þorgestr, ok fekk Eiríkr ósigr. Eftir þat váru þeir sættir.

Þat sumar fór Eiríkr at byggja land þat, er hann hafði fundit ok hann kallaði Grænland, því at hann kvað menn þat mjök mundu fýsa þangat, ef landit héti vel.

[Svá segir Ari Þorgilsson, at þat sumar fór hálfr þriði tögr skipa til Grænlands ór Breiðafirði og Borgarfirði, en fjórtán kómust út. Sum rak aftr, en sum týndust. Þat var fimmtán vetrum fyrr en kristni var í lög tekin á Íslandi. Eiríkr nam síðan Eiríksfjörð ok bjó í Brattahlíð.].

3. Þorbjörn Vífilsson ferr til Grænlands.

Þorgeirr Vífilsson kvángaðist ok fekk Arnóru, dóttur Einars frá Laugarbrekku, Sigmundarsonar, Ketilssonar þistils, er numit hafði Þistilsfjörð.

Önnur dóttir Einars hét Hallveig. Hennar fekk Þorbjörn Vífilsson ok tók með land á Laugarbrekku, á Hellisvöllum. Réðst Þorbjörn þangat byggðum ok gerðist göfugmenni mikit. Hann var góðr bóndi ok hafði rausnarráð. Guðríðr hét dóttir Þorbjarnar. Hon var kvenna vænst ok inn mesti skörungr í öllu athæfi sínu.

Maðr hét Ormr, er bjó at Arnarstapa. Hann átti konu, er Halldís hét. Ormr var góðr bóndi ok vinr Þorbjarnar mikill, ok var Guðríðr þar löngum at fóstri með honum.

Þorgeirr hét maðr. Hann bjó at Þorgeirsfelli. Hann var auðigr at fé ok hafði verit leysingi. Hann átti son, er Einarr hét. Hann var vænn maðr ok vel mannaðr. Hann var ok skartsmaðr mikill. Einarr var í siglingum meðal landa, ok tókst honum þat vel. Var hann jafnan sinn vetr hvárt á Íslandi eða í Nóregi.

Nú er frá því at segja eitt haust, þá er Einarr var á Íslandi, at hann fór með varning sinn út eftir Snæfellströnd ok vildi selja. Hann kemr til Arnarstapa. Ormr býðr honum þar at vera, ok þat þiggr Einarr, því at þar var vinátta við körin. Var borinn inn varningr hans í eitt útibúr. Einarr braut upp varning sinn ok sýndi Ormi ok heimamönnum ok bauð honum af at hafa slíkt er hann vildi. Ormr þá þetta ok taldi Einar vera góðan fardreng ok auðnumann mikinn. En er þeir heldu á varninginum, gekk kona fyrir útibúrsdyrrin.

Einarr spurði Orm, hver væri sú in fagra kona, er þar gekk fyrir dyrrin, - "ek hefi eigi hana hér fyrr sét."

Ormr svaraði: "Þat er Guðríðr, fóstra mín, dóttir Þorbjarnar at Laugarbrekku."

Einarr mælti: "Hon mun vera kostr góðr. Eða hafa nökkurir menn til komit at biðja hennar?"

Ormr svarar: "Beðit hefir hennar víst verit, ok liggr þat eigi laust fyrir. Finnst þat á, at hon mun vera mannvönd ok svá faðir hennar."

"Svá, með því," sagði Einarr, "at hér er sú kona, er ek ætla mér at biðja, ok vilda ek, at þessa mála leitaðir þú við Þorbjörn, föður hennar, ok legðir allan hug á, at þetta mætti framgengt verða. Skal ek þér fullkomna vináttu fyrir gjalda, ef ek get táðit. Má Þorbjörn bóndi þat sjá, at okkr væri vel hentar tengðir, því at hann er sómamaðr mikill ok á staðfestu góða, en lausafé hans er mér sagt heldr á förum. En mik skortir hvárki land né lausafé ok okkr feðga, ok myndi Þorbirni verða at þessu inn mesti styrkr, ef þetta tækist."

Ormr segir: "Víst þykkjumst ek vinr þinn vera, en þó em ek eigi við mitt ráð fúss, at vit berim þetta upp, því at Þorbjörn er skapstórr ok þó metnaðarmaðr mikill."

Einarr kveðst ekki vilja annat en upp væri borit bónorðit. Ormr kvað hann ráða skyldu. Ferr Einarr suðr aftr, unz hann kemr heim.

Nökkuru síðar hafði Þorbjörn haustboð, sem hann átti vanða til, því at hann var stórmenni mikit. Kom þar Ormr frá Arnarstapa ok margir aðrir vinir Þorbjarnar.

Ormr kom at máli við Þorbjörn ok sagði, at Einarr var þar skömmu, frá Þorgeirsfelli, ok gerðist inn efniligsti maðr. Hefr Ormr nú upp bónorðit fyrir hönd Einars ok segir þat vel hent fyrir sumra hluta sakar. "Má þér, bóndi, verða at styrkr mikill fyrir fjárkosta sakar."

Þorbjörn svarar: "Eigi varði mik slíkra orða af þér, at ek mynda gifta þrælssyni dóttur mína. Ok þat finnið þér nú, at fé mitt þverr, er slíkt ráð gefið mér. Ok eigi skal hon með þér vera lengr, er þér þótti hon svá lítils gjaforðs verð."

Síðan fór Ormr heim ok hverr annarr boðsmanna til sins heimilis. Guðríðr var eftir með föður sínum ok var heima þann vetr.

En at vári hafði Þorbjörn vinaboð, ok kom þar margt manna, ok var in bezta veizla. Ok at veizlunni krafði Þorbjörn sér hljóðs ok mælti: "Hér hefi ek búit langa ævi, ok hefi ek reynt góðvilja manna við mik ok ástúð. Kalla ek vel farit hafa vár skipti. En nú tekr hagr minn at óhægjast fyrir lausafjár sakar, en hér til hefir kallat verit heldr virðingarráð. Nú vil ek fyrr búinu bregða en sæmðinni týna. Ætla ek fyrr af landi fara en ætt mína svívirða ok vitja heita Eiríks ins rauða, vinar míns, er hann hafði, þá er vit skilðum á Breiðafirði. Ætla ek nú at fara til Grænlands í sumar, ef svá ferr sem ek vilda."

Mönnum þótti mikil þessi ráðabreytni, því at Þorbjörn var vinsæll maðr, en þóttust vita, at Þorbjörn mundi svá fremi þetta upp hafa kveðit, at ekki myndi tjóa at letja hann. Gaf Þorbjörn mönnum gjafar, ok var brugðit veizlunni. Síðan fór hverr til síns heima.

Þorbjörn selr lönd sín ok kaupir sér skip, er uppi stóð í Hraunhafnarósi. Réðust til ferðar með honum þrír tigir manna. Var þar í ferð Ormr frá Arnarstapa ok kona hans ok aðrir vinir Þorbjarnar, þeir er eigi vildu við hann skilja.

Síðan létu þeir í haf, ok er þeir váru í hafi, tók af byri. Fengu þeir hafvillur, ok fórst þeim ógreitt um sumarit. Því næst kom sótt í lið þeira, ok andaðist Ormr ok Halldís, kona hans, ok helmingr liðs þeira. Sjó tók at stæra, ok þolðu menn it mesta vás ok vesöld á marga vega, en tóku þó Herjólfsnes á Grænlandi við vetr sjálfan.

Sá maðr hét Þorkell , er bjó á Herjólfsnesi. Hann var inn bezti bóndi. Hann tók við Þorbirni ok öllum skipverjum hans um vetrinn. Þorkell veitti þeim sköruliga.

4. Frá Þorbjörgu spákonu.

Í þann tíma var hallæri mikit á Grænlandi. Höfðu menn fengit lítit fang, þeir er í veiðiferðir höfðu farit, en sumir ekki aftr komnir.

Sú kona var þar í byggð, er Þorbjörg hét. Hon var spákona ok var kölluð lítilvölva. Hon hafði átt sér níu systr, ok váru allar spákonur, en hon ein var þá á lífi.

Þat var háttr Þorbjargar um vetrum, at hon fór at veizlum, ok buðu þeir menn henni mest heim, er forvitni var á at vita forlög sín eða árferð. Ok með því at Þorkell var þar mestr bóndi, þá þótti til hans koma at vita, hvé nær létta myndi óárani þessu, sem yfir stóð. Býðr Þorkell spákonunni heim, ok er henni þar vel fagnat, sem siðr var til, þá er við þess háttar konum skyldi taka. Var henni búit hásæti ok lagt undir hana hægendi. Þar skyldi í vera hænsafiðri.

En er hon kom um kveldit ok sá maðr, er móti henni var sendr, þá var hon svá búin, at hon hafði yfir sér tuglamöttul blán, ok var settr steinum allt í skaut ofan. Hon hafði á hálsi sér glertölur, lambskinnskofra svartan á höfði ok við innan kattarskinn hvít. Ok hon hafði staf í hendi, ok var á knappr. Hann var búinn með messingu ok settr steinum ofan um knappinn. Hon hafði um sik hnjóskulinda, ok var þar á skjóðupungr mikill, ok varðveitti hon þar í töfr sín, þau er hon þurfti til fróðleiks at hafa. Hon hafði á fótum kálfskinnsskúa loðna ok í þvengi langa ok á tinknappar miklir á endunum. Hon hafði á höndum sér kattskinnsglófa, ok váru hvítir innan ok loðnir.

En er hon kom inn, þótti öllum mönnum skylt at velja henni sæmiligar kveðjur. Hon tók því sem henni váru menn geðjaðir til. Tók Þorkell bóndi í hönd henni ok leiddi hana til þess sætis, sem henni var búit. Þorkell bað hana þá renna þar augum yfir hjú ok hjörð ok svá híbýli. Hon var fámálug um allt.

Borð váru upp tekin um kveldit, ok er frá því at segja, hvat spákonunni var matbúit. Henni var gerr grautr af kiðjamjólk ok matbúin hjörtu ór öllum kykvendum, þeim er þar váru til. Hon hafði messingarspón ok hníf tannskeftan, tvíhólkaðan af eiri, ok var brotinn af oddrinn.

En er borð váru upp tekin, þá gengr Þorkell bóndi fyrir Þorbjörgu ok spyrr, hversu henni þykki þar um at lítast eða hversu skapfelld henni eru þar híbýli eða hættir manna eða hversu fljótliga hon mun vís verða þess, er hann hefir spurt hana ok mönnum er mest forvitni at vita. Hon kallast ekki mundu segja fyrr en um morgininn eftir, er hon hafði áðr sofit um nóttina.

En um morgininn at áliðnum degi var henni veittr sá umbúningr, sem hon þurfti at hafa til at fremja seiðinn. Hon bað ok fá sér konur þær, er kynni fræði þat, sem til seiðsins þarf ok Varðlokur hétu. En þær konur fundust eigi. Þá var at leitat at um bæinn, ef nökkurr kynni.

Þá segir Guðríðr: "Hvárki em ek fjölkunnig né vísendakona, en þó kenndi Halldís, fóstra mín, mér á Íslandi þat kvæði, er hon kallaði Varðlokur."

Þorkell segir: "Þá ertu happfróð."

Hon segir: "Þetta er þat eitt atferli, er ek ætla í engum atbeina at vera, því at ek em kristin kona."

Þorbjörg segir: "Svá mætti verða, at þú yrðir mönnum at liði hér um, en þú værir þá kona ekki verri en áðr. En við Þorkel mun ek meta at fá þá hluti til, er hafa þarf."

Þorkell herðir nú at Guðríði, en hon kveðst gera mundu sem hann vildi. Slógu þá konur hring um hjallinn, en Þorbjörg sat á uppi. Kvað Guðríðr þá kvæðit svá fagrt ok vel, at engi þóttist heyrt hafa með fegri rödd kvæði kveðit, sá er þar var hjá.

Spákonan þakkar henni kvæðit ok kvað margar þær náttúrur nú til hafa sótt ok þykkja fagrt at heyra, er kvæðit var svá vel flutt, - "er áðr vildu við oss skiljast ok enga hlýðni oss veita. En mér eru nú margir þeir hlutir auðsýnir, er áðr var ek duldið, ok margir aðrir. En ek kann þér þat at segja, Þorkell, at hallæri þetta mun ekki haldast lengr en í vetr, ok mun batna árangr, sem várar. Sóttarfar þat, sem á hefir legit, mun ok batna vánu bráðara. En þér, Guðríðr, skal ek launa í hönd liðsinni þat, er oss hefir af þér staðit, því at þín forlög eru mér nú allglöggsæ. Þú munt gjaforð fá hér á Grænlandi, þat er sæmiligast er, þó at þér verði þat eigi til langæðar, því at vegir þínir liggja út til Íslands, ok mun þar koma frá þér bæði mikill ætt ok góð, ok yfir þínum kynkvíslum skína bjartari geislar en ek hafa megin til at geta slíkt vandliga sét. Enda far þú nú heil ok vel, dóttir."

Síðan gengu menn at vísendakonunni, ok frétti þá hverr þess, er mest forvitni var á at vita. Hon var ok góð af frásögnum. Gekk þat ok lítt í tauma, er hon sagði. Þessu næst var komit eftir henni af öðrum bæ. Fór hon þá þangat. Þá var sent eftir Þorbirni, því at hann vildi eigi heima vera, meðan slík hindrvitni var framið.

Veðrátta batnaði skjótt, sem Þorbjörg hafði sagt. Býr Þorbjörn skip sitt ok ferr þar til, er hann kemr í Brattahlíð. Eiríkr tekr vel við honum með blíðu ok kvað þat vel, er hann var þar kominn. Var Þorbjörn með honum um vetrinn ok skuldalið hans, en þeir vistuðu háseta með bóndum. Eftir um várit gaf Eiríkr Þorbirni land á Stokkanesi, ok var þar gerr sæmiligr bær, ok bjó hann þar síðan.

5. Leifr inn heppni fann Vínland.

Eiríkr átti þá konu, er Þjóðhildr hét, ok við henni tvá sonu. Hét annarr Þorsteinn, en annarr Leifr. Þeir váru báðir efniligir menn. Var Þorsteinn heima með föður sínum, ok var eigi sá maðr á Grænlandi, er jafnmannvænn þótti sem hann. Leifr hafði siglt til Nóregs ok var með Óláfi konungi Tryggvasyni.

En er Leifr sigldi af Grænlandi um sumarit, urðu þeir sæhafa til Suðreyja. Þaðan byrjaði þeim seint, ok dvölðust þeir þar lengi um sumarit.

Leifr lagði þokka á konu þá, er Þórgunna hét. Hon var kona ættstór, ok skilði Leifr, at hon mundi vera margkunnig.

En er Leifr bjóst brott, beiddist Þórgunna at fara með honum. Leifr spurði, hvárt þat væri nökkut vili frænda hennar. Hon kveðst þat ekki hirða.

Leifr kveðst eigi þat kunna at sjá at sínu ráði at gera hertekna svá stórættaða konu í ókunnu landi, - "en vér liðfáir."

Þórgunna mælti: "Eigi er víst, at þér þykki því betr ráðit."

"Á þat mun ek þó hætta," sagði Leifr.

"Þá segi ek þér," sagði Þórgunna, "at ek mun fara kona eigi ein saman, ok em ek með barni. Segi ek þat af þínum völdum. Get ek, at þat muni vera sveinbarn, þá er fæðist. En þóttú vilir engan gaum at gefa, þá mun ek upp fæða sveininn ok þér senda til Grænlands, þegar fara má með öðrum mönnum. En ek get, at þér verði at þvílíkum nytjum sonareignin sem nú verðr skilnaðr okkarr til. En koma ætla ek mér til Grænlands, áðr lýkr."

Leifr gaf henni fingrgull ok vaðmálsmöttul grænlenzkan ok tannbelti. Þessi sveinn kom til Grænlands ok nefndist Þorgils. Leifr tók við honum at faðerni. Ok er þat sumra manna sögn, at þessi Þorgils hafi komit til Íslands fyrir Fróðárundr um sumarit. En sjá Þorgils var síðan á Grænlandi, ok þótti þar enn eigi kynjalaust um hann verða, áðr lauk.

Þeir Leifr sigldu brott ór Suðreyjum ok tóku Nóreg um haustit. Fór Leifr til hirðar Óláfs konungs Tryggvasonar. Lagði konungr á hann góða virðing ok þóttist sjá, at hann mundi vera vel menntr maðr.

Eitt sinn kom konungr at máli við Leif ok sagði: "Ætlar þú til Grænlands í sumar?"

"Þat ætla ek," sagði Leifr, "ef þat er yðvarr vili."

Konungr svarar: "Ek get, at þat muni vel vera, ok skaltu þangat fara með erendum mínum, at boða þar kristni."

Leifr kvað hann ráða skyldu, en kveðst hyggja, at þat erendi myndi torflutt á Grænlandi.

Konungr kveðst eigi þann mann sjá, er betr væri til fallinn en hann, - "ok muntu giftu til bera."

"Þat mun því at eins," segir Leifr, "ef ek nýt yðvar við."

Lætr Leifr í haf ok er lengi úti ok hitti á lönd þau, er hann vissi áðr enga ván til. Váru þar hveitiakrar sjálfsánir ok vínviðr vaxinn. Þar váru þau tré, er mösurr heita, ok höfðu þeir af þessu öllu nökkur merki, sum tré svá mikil, at í hús váru lögð.

Leifr fann menn á skipflaki ok flutti heim með sér. Sýndi hann í því ina mestu stórmennsku ok drengskap sem mörgu öðru, er hann kom kristni á landit, ok var jafnan síðan kallaðr Leifr inn heppni.

Leifr tók land í Eiríksfirði ok fór heim síðan í Brattahlíð. Tóku þar allir menn vel við honum. Hann boðaði brátt kristni um landit ok almenniliga trú ok sýndi mönnum orðsending Óláfs konungs Tryggvasonar ok sagði, hversu mörg ágæti ok mikil dýrð fylgði þessum sið.

Eiríkr tók því máli seint, at láta sið sinn, en Þjóðhildr gekk skjótt undir ok lét gera kirkju eigi allnær húsunum. Þat hús var kallat Þjóðhildarkirkja. Hafði hon þar fram bænir sínar ok þeir menn, sem við kristni tóku. Þjóðhildr vildi ekki samræði við Eirík, síðan hon tók trú, en honum var þat mjök móti skapi.

Á því gerðist orð mikit, at menn myndi leita lands þess, er Leifr hafði fundit. Var þar formaðr at Þorsteinn Eiríksson, fróðr maðr ok vinsæll. Eiríkr var ok til beðinn, ok trúðu menn hans gæfu framast ok forsjá. Hann var lengi fyrir, en kvað eigi nei við, er vinir hans báðu hann til, bjuggu síðan skip þat, er Þorbjörn hafði út haft, ok váru til ráðnir tuttugu menn, ok höfðu lítit fé, eigi meir en vápn ok vistir.

Þann myrgin, er Eiríkr reið heiman, tók hann einn kistil, ok var þar í gull ok silfr. Fal hann þat ok fór síðan leiðar sinnar, ok bar svá til, at hann fell af baki, ok brotna rifin í síðunni, en lesti höndina í axlarliðnum. Af þeim atburð sagði hann Þjóðhildi, konu sinni, at hon tæki féit á brott, lézt þess hafa at goldit, er hann hafði féit fólgit.

Síðan sigldu þeir út ór Eiríksfirði með gleði mikilli. Þótti þeim allvænt um sitt efni. Þá velkði úti lengi í hafi, ok kómu þeir ekki á þær slóðir, sem þeir vildu. Þeir kómu í sýn við Ísland, ok svá höfðu þeir fugl af Írlandi. Rak þá skip þeira um haf innan, fóru aftr um haustit ok váru allmjök væstir ok þrekaðir, koma við vetr sjálfan á Eiríksfjörð.

Þá mælti Eiríkr: "Kátari sigldum vér í sumar út ór firðinum en nú erum vér, ok eru nú þó enn mörg góð at."

Þorsteinn svarar: "Þat er nú höfðingligt bragð at sjá nökkut gott ráð fyrir þeim mönnum öllum, sem hér eru nú ráðstafalausir, ok fá þeim vist í vetr."

Eiríkr svarar: "Þat er jafnan satt, sem mælt er, at eigi veit, fyrr en svarat er, ok svá mun hér fara. Skal nú hafa ráð þín um þetta."

Fóru nú allir þeir, er eigi höfðu aðrar vistir, með þeim feðgum. Síðan fóru þeir heim í Brattahlíð ok váru þar um vetrinn.

6. Frá Þorsteini Eiríkssyni.

Nú er frá því at segja, at Þorsteinn Eiríksson vakði bónorð við Guðríði, ok var því máli vel svarat bæði af henni ok af föður hennar. Er þetta at ráði gert. Þorsteinn gengr at eiga Guðríði, ok var þetta brúðkaup í Brattahlíð um haustit. Fór sjá veizla vel fram, ok var allfjölmennt.

Þorsteinn átti bú í Vestribyggð á bæ þeim, er heitir í Lýsufirði. En sá maðr átti þar helming í búi, er Þorsteinn hét. Sigríðr hét kona hans. Fór Þorsteinn í Lýsufjörð um haustit til nafna síns ok þau Guðríðr bæði. Var þar við þeim vel tekit. Váru þau þar um vetrinn.

Þat gerðist til tíðenda, at sótt kom í bæ þeira, er lítit var af vetri. Garðarr hét þar verkstjóri. Hann var ekki vinsæll maðr. Hann tók fyrst sótt ok andaðist. Síðan var skammt at bíða, at hverr lézt at öðrum.

Þá tók sótt Þorsteinn Eiríksson ok Sigríðr, kona Þorsteins, nafna hans. Ok eitt kveld fýstist Sigríðr at ganga til náðahúss, er stóð í gegnt útidurum. Guðríðr fylgði henni, ok horfðu þær móti útidurunum. Þá kvað hon við hátt, Sigríðr.

Guðríðr mælti: "Vit höfum óvarliga farit, ok áttu engan stað við, at kalt komi á þik, ok förum vit heim sem skjótast."

Sigríðr svarar: "Eigi er fært at svá búnu. Hér er nú liðit þat allt it dauða fyrir durunum ok Þorsteinn, bóndi þinn, ok þar kenni ek mik. Ok er slíkt hörmung at sjá."

Ok er þetta leið af, mælti hon: "Förum vit nú, Guðríðr. Nú sé ek ekki liðit."

Var þá Þorsteinn horfinn. Henni þótti hann áðr haft hafa svipu í hendi ok vilja berja liðit.

Síðan gengu þær inn, ok áðr morginn kæmi, þá var hon látin, ok var ger kista at líkinu.

Ok þenna sama dag ætluðu menn at róa, ok leiddi Þorsteinn þá til vara, ok í annan lit fór hann at sjá veiðiskap þeira. Þá sendi Þorsteinn Eiríksson nafna sínum orð, at hann kæmi til hans, ok sagði svá, at þar væri varla kyrrt ok húsfreyja vildi færast á fætr ok vildi undir klæðin hjá honum. Ok er hann kom inn, var hon komin upp á rekkjustokkinn. Þá tók hann hana höndum ok lagði bolöxi fyrir brjóst henni.

Þorsteinn Eiríksson andaðist nær dagsetri. Þorsteinn bóndi bað Guðríði leggjast niðr ok sofa, en hann kveðst vaka mundu um nóttina yfir líkinu. Hon gerir svá.

Ok er skammt leið á nóttina, settist Þorsteinn Eiríksson upp ok mælti, kveðst vilja, at Guðríðr væri þangat kölluð, ok kveðst vilja tala við hana: "Guð vill, at þessi stund sé mér gefin til leyfis ok umbótar míns ráðs."

Þorsteinn bóndi gengr á fund Guðríðar ok vakði hana, biðr hana signa sik ok biðja sér guð hjálpar ok segir, hvat Þorsteinn Eiríksson hafði talat við hann, - "ok hann vill finna þik. Verðr þú ráð fyrir at sjá, hvat þú vill upp taka, því at ek kann hér um hvárkis at fýsa."

Hon svaraði: "Vera kann, at þetta sé ætlat til nökkurra þeira hluta, er síðan sé í minni hafðir, þessi inn undarligi hlutr, en ek vænti, at guðs gæzla mun yfir mér standa. Mun ek ok á hætta með guðs miskunn at fara til móts við hann ok vita, hvat hann vill tala, því at ek mun eigi forðast mega, ef mér skal mein at verða. Vil ek síðr, at hann gangi víðara. En mik grunar, at þat mun á liggja."

Nú fór Guðríðr ok hittir Þorstein. Sýndist henni sem hann felldi tár. Hann mælti í eyra henni nökkur orð hljótt, svá at hon ein vissi, en þat mælti hann, svá at allir heyrðu, at þeir menn væri sælir, er trúna heldu, ok henni fylgði öll hjálp ok miskunn, ok sagði þó, at margir heldi hana illa. "Er þat engi háttr, sem hér hefir verit á Grænlandi, síðan kristni kom hér, at setja menn niðr í óvígða mold við litla yfirsöngva. Vil ek mik láta flytja til kirkju ok aðra þá menn, sem hér hafa andazt, en Garðar vil ek brenna láta á báli sem skjótast, því at hann veldr öllum aftrgöngum þeim, sem hér hafa verit í vetr." Hann sagði henni ok um sína hagi ok kvað hennar forlög mikil mundu verða, en bað hana varast at giftast grænlenzkum mönnum, bað, at hon legði fé þeira til kirkju ok sumt fátækum mönnum. Ok þá hné hann aftr öðru sinni.

Sá hafði háttr verit á Grænlandi, síðan kristni kom þangat, at menn váru grafnir á bæjum, þar sem önduðust, í óvígðri moldu. Skyldi setja staur upp af brjósti inum dauða, en síðan, er kennimenn kómu til, þá skyldi upp kippa staurinum ok hella þar í vígðu vatni ok veita þar yfirsöngva, þótt þat væri miklu síðar.

Lík þeira Þorsteins váru færð til kirkju í Eiríksfjörð ok veittir þar yfirsöngvar af kennimönnum. Tók Eiríkr við Guðríði ok var henni í föður stað.

Litlu síðar andaðist Þorbjörn. Bar þá fé allt undir Guðríði. Tók Eiríkr hana til sín ok sá vel um hennar kost.

7. Þorfinnr karlsefni fær Guðríðar.

Þórðr hét maðr, er bjó at Höfða á Höfðaströnd. Hann átti Þorgerði, dóttur Þóris hímu ok Friðgerðar, dóttur Kjarvals Írakonungs. Þórðr var sonr Bjarnar byrðusmjörs Hróaldssonar hryggs, Áslákssonar, Bjarnarsonar járnsíðu, Ragnarssonar loðbrókar. Þau áttu son, er Snorri hét. Hann átti Þórhildi rjúpu, dóttur Þórðar gellis. Þeira sonr var Þórðr hesthöfði. Þorfinnr karlsefni hét sonr Þórðar. Móðir Þorfinns hét Þórunn. Þorfinnr var í kaupferðum ok þótti góðr fardrengr.

Eitt sumar býr Karlsefni skip sitt ok ætlar til Grænlands. Snorri Þorbrandsson ferr með honum, ór Álftafirði, ok váru fjórir tigir manna á skipi.

Maðr hét Bjarni Grímólfsson, breiðfirzkr at ætt. Annarr hét Þórhallr Gamlason, austfirzkr maðr. Þeir bjuggu it sama sumar skip sitt ok ætluðu til Grænlands. Þeir váru ok fjórir tigir manna á skipi.

Láta þeir Karlsefni í haf þessum tveim skipum, þegar þeir váru búnir. Ekki er um þat getit, hversu langa útivist þeir höfðu, en frá því er at segja, at bæði þessi skip kómu á Eríksfjörð um haustit.

Eiríkr reið til skips ok aðrir landsmenn. Tókst með þeim greiðlig kaupstefna. Buðu stýrimenn Eiríki at hafa slíkt af varningi sem hann vildi. En Eiríkr sýnir þeim stórmennsku af sér í móti, því at hann bauð þessum tveim skipshöfnum til sín heim um vetrinn í Brattahlíð. Þetta þágu kaupmenn ok þökkuðu honum. Síðan var flutr heim varningr þeira í Brattahlíð. Skorti þar eigi útibú stór til at varðveita í varning þeira. Skorti þar ekki margt þat, er hafa þurfti, ok líkaði kaupmönnum vel um vetrinn.

En er dró at jólum, tók Eiríkr fæð mikla ok var ógladari en hann átti vana til.

Eitt sinn kom Karlsefni at máli við Eirík ok mælti: "Er þér þungt, Eiríkr bóndi? Menn þykkjast finna, at þú ert ógladari en þú átt vana til. Þú hefir veitt oss með inni mestu rausn, ok erum vér skyldir til at launa þér slíku góðu sem vér höfum föng á. Nú segðu, hvat ógleði þinni veldr."

Eiríkr svarar: "Þér þiggið vel ok góðmannliga. Nú leikr mér þat eigi í hug, at á yðr verði hallat um vár skipti. Hitt er heldr, at mér þykkir uggligt, þá er þér komið annars staðar, at þat flytist, at þér hafið engi jól verri haft en þessi, er nú koma ok Eiríkr inn rauði veitti yðr í Brattahlíð á Grænlandi."

"Þat mun eigi svá fara, bóndi," segir Karlsefni. Vér höfum á skipi váru bæði malt ok korn, hafið þar af slíkt er þér vilið ok gerið veizlu svá stórmannliga sem yðr líkar fyrir því."

Þetta þiggr Eiríkr, ok var þá búit til jólaveizlu, ok var hon in sæmiligsta, svá at menn þóttust trautt þvílíka rausn sét hafa í fátæku landi.

Ok eftir jólin vekr Karlsefni bónorð fyrir Eiríki um Guðríði, því at honum leizt sem hann mundi forræði á hafa. Eiríkr svaraði vel ok segir, at hon mun sínum forlögum verða at fylgja, ok kveðst góða eina frétt af honum hafa. Ok lauk svá, at Þorfinnr festi Guðríði, ok var þá aukin veizlan ok drukkit brullaup þeira, ok váru þau í Brattahlíð um vetrinn.

8. Landaleit þeira Karlefnis.

Í Brattahlíð hófust miklar umræður, at menn skyldi leita Vínlands ins góða, ok var sagt, at þangat myndi vera at vitja góðra landkosta. Ok þar kom, at Karlsefni ok Snorri bjuggu skip sitt at leita landsins um várit. Til þeirar ferðar réðust þeir Bjarni ok Þórhallr með skip sitt ok þat föruneyti, er þeim hafði fylgt.

Maðr hét Þorvarðr. Hann átti Freydísi, dóttur Eiríks rauða, laungetna. Hann fór ok með þeim ok Þorvaldr, sonr Eiríks, ok Þórhallr, er kallaðr var veiðimaðr. Hann hafði lengi verit með Eiríki, veiðimaðr hans um sumrum, en bryti um vetrum. Hann var mikill maðr ok sterkr ok svartr ok þursligr, hljóðlyndr ok illorðr, þat er hann mælti, ok eggjaði jafnan Eirík ins verra. Hann var illa kristinn. Honum var víða kunnigt í óbyggðum. Hann var á skipi með Þorvarði ok Þorvaldi. Þeir höfðu þat skip, er Þorbjörn hafði út haft.

Þeir höfðu alls fjóra tigu manna ok hundrað, er þeir sigldu til Vestribyggðar ok þaðan til Bjarneyjar. Þaðan sigldu þeir tvau dægr suðr. Þá sá þeir land ok skutu báti ok könnuðu landit, fundu þar hellur stórar ok margar tólf álna víðar. Fjölði var þar melrakka. Þeir gáfu þar nafn ok kölluðu Helluland.

Þaðan sildu þeir tvau dægr, ok brá þá landsuðrs ór suðri, ok fundu land skógvaxit ok mörg dýr á. Ey lá þar undan í landsuðr. Þar drápu þeir einn björn ok kölluðu þar síðan Bjarney, en landit Markland.

Þaðan silgdu þeir suðr með landinu langa stund ok kómu at nesi einu. Lá landit á stjórn. Váru þar strandir langar ok sandar. Þeir reru til lands ok fundu þar á nesinu kjöl af skipi ok kölluðu þar Kjalarnes. Þeir kölluðu ok strandirnar Furðustrandir, því at langt var með at sigla. Þá gerðist landit vágskorit. Þeir heldu skipunum í einn vág.

Óláfr konungr Tryggvason hafði gefit Leifi tvá menn skozka. Hét karlmaðrinn Haki, en konan Hekja. Þau váru dýrum skjótari. Þessir menn váru á skipi með Karlsefni.

En er þeir höfðu siglt fyrir Furðustrandir, þá létu þeir ina skozku menn á land ok báðu þau hlaupa suðr á landit at leita landskosta ok koma aftr, áðr þrjú dægr væru liðin.

Þau höfðu þat klæði, er þau kölluðu kjafal. Þat var svá gert, at höttr var á upp ok opit at hliðunum ok engar ermar á ok kneppt saman milli fóta með knappi ok nezlu, en ber váru þau annars staðar.

Þeir biðuðu þar þá stund. En er þau kómu aftr, hafði annat í hendi vínbejaköngul, en annat hveitiax sjálfsáit. Gengu þau á skip út, ok silgdu þeir síðan leiðar sinnar.

Þeir silgdu inn á fjörð einn. Þar lá ein ey fyrir útan. Þar um váru straumar miklir. Því kölluðu þeir hana Straumey. Svá var mörg æðr í eynni, at varla mátti ganga fyrir eggjum. Þeir kölluðu þar Straumfjörð.

Þeir báru þar farm af skipum sínum ok bjuggust þar um. Þeir höfðu með sér alls konar fénað. Þar var fagrt landsleg. Þeir gáðu einskis útan at kanna landit. Þeir váru þar um vetrinn, ok var ekki fyrir unnit um sumarit. Tókust af veiðarnar, ok gerðist illt til matar.

Þá hvarf brott Þórhallr veiðimaðr. Þeir höfðu áðr heitit á guð til matar, ok varð eigi við svá skjótt sem sem þeir þóttust þurfa. Þeir leituðu Þórhalls um þrjú dægr ok fundu hann á hamargnípu einni. Hann lá þar ok horfði í loft upp ok gapði bæði munni ok nösum ok þulði nökkut. Þeir spurðu, hví hann var þar kominn. Hann kvað þá engu þat varða. Þeir báðu hann fara heim með sér, ok hann gerði svá.

Litlu síðar kom þar hvalr, ok fóru þeir til ok skáru, ok kenndi engi maðr, hvat hvala var. Ok er matsveinar suðu, þá átu þeir, ok varð öllum illt af.

Þá mælti Þórhallr: "Drjúgari varð inn rauðskeggjaði nú en Kristr yðvarr. Hefi ek þetta nú fyrir skáldskap minn, er ek orta um Þór, fulltrúann. Sjaldan hefir hann mér brugðizt."

Ok er menn vissu þetta, báru þeir hvalinn allan á kaf ok skutu sínu máli til guðs. Batnaði þá veðrátta, ok gaf þeim útróðra, ok skorti þá síðan eigi föng, því at þá var dýraveiðr á landinu, en eggver í eynni, en fiski ór sjónum.

9. Frá Þórhalli veiðimanni.

Svá er sagt, at Þórhallr veiðimaðr vill fara norðr fyrir Furðustrandir ok fyrir Kjalarnes at leita Vínlands, en Karlsefni vill fara suðr fyrir landit. Býst Þórhallr út undir eynni, ok verða þeir eigi fleiri saman en níu menn, en allt annat lið fór með Karlsefni. En er Þórhallr bar vatn á skip sitt ok drakk, þá kvað hann vísu:

Hafa kváðu mik meiðar
malmþings, es komk hingat,
mér samir láð fyr lýðum
lasta, drykk inn bazta.
Bílds hattar verðr byttu
beiði-Týr at reiða.
Heldr's svát krýpk at keldu.
Komat vín á grön mína.

Ok er þeir váru búnir, undu þeir upp segl. Þá kvað Þórhallr:

Förum aftr, þar es órir
eru, sandhimins, landar,
látum kenni-Val kanna
knarrar skeið in breiðu,
meðan bilstyggvir byggva
bellendr ok hval vella
Laufa veðrs, þeirs leyfa
lönd, á Furðuströndum.

Síðan sigldu þeir norðr fyrir Furðustrandir ok Kjalarnes ok vildu beita vestr fyrir. Þá kom móti þeim vestanveðr, ok rak þá upp á Írlandi, ok váru þeir þar barðir ok þjáðir, ok lét Þórhallr þar líf sitt, eftir því sem kaupmenn hafa sagt.

10. Karlsefni dvalðist á Vínlandi.

Nú er at segja af Karlsefni, at hann fór suðr fyrir landit ok Snorri ok Bjarni með sínu fólki. Þeir fóru lengi ok allt þar til, er þeir kómu at á einni, er fell af landi ofan ok í vatn eitt til sjóvar. Eyrar váru þar miklar, ok mátti eigi komast inn í ána útan at háflæðum.

Þeir Karlsefni silgdu í ósinn ok kölluðu í Hópi. Þeir fundu þar á landi sjálfsána hveitiakra, þar sem lægðir váru, en vínvið allt þar, sem holta vissi. Hverr lækr var þar fullr af fiskum. Þeir gerðu grafar, þar sem mættist landit ok flóðit gekk ofast, ok þá er út fell sjórinn, váru helgir fiskar í gröfunum. Þar var mikill fjölði dýra á skóginum með öllu móti. Þeir váru þar hálfan mánuð ok skemmtuðu sér ok urðu við ekki varir. Fé sitt höfðu þeir með sér.

Ok einn morgin snemma, er þeir lituðust um, sá þeir mikinn fjölða húðkeipa, ok var veift trjám á skipunum, ok lét því líkast sem í hálmþúst, ok var veift sólarsinnis.

Þá mælti Karlsefni: "Hvað mun þetta hafa at teikna?"

Snorri Þorbrandsson svaraði honum: "Vera kann, at þetta sé friðarmark, ok tökum skjöld hvítan ok berum at móti."

Ok svá gerðu þeir. Þá reru þeir í mót ok undruðust þá, sem fyrir váru, ok gengu á land upp. Þeir váru svartir menn ok illiligir ok höfðu illt hár á höfði. Þeir váru mjök eygðir ok breiðir í kinnum. Dvölðust þeir of stund ok undruðust þá, sem fyrir váru, ok reru síðan brott ok suðr fyrir nesit.

Þeir Karlsefni höfðu gert búðir sínar upp frá vatninu, ok váru sumir skálarnir nær vatninu, en sumir firr. Nú váru þeir þar þann vetr. Þar kom enginn snjór, ok allt gekk fé þeira sjálfala fram.

11. Bardagi við Skrælinga.

En er vára tók, sá þeir einn morgin snemma, at fjölði húðkeipa reri sunnan fyrir nesit, svá margt sem kolum væri sáit fyrir Hópit. Var þá ok veift af hverju skipi trjánum.

Þeir Karlsefni brugðu þá skjöldum upp, ok er þeir fundust, tóku þeir kaupstefnu sín á milli, ok vildi þat fólk helzt hafa rautt skrúð. Þeir höfðu móti at gefa skinnavöru ok algrá skinn. Þeir vildu ok kaupa sverð ok spjót, en þat bönnuðu þeir Karlsefni ok Snorri. Þeir Skrælingar tóku spannarlangt rautt skrúð fyrir ófölvan belg ok bundu um höfuð sér. Gekk svá kaupstefna þeira um hríð. Þá tók at fættast skrúðit með þeim Karlsefni, ok skáru þeir þá svá smátt í sundr, at eigi var breiðara en þvers fingrar, ok gáfu Skrælingar þó jafnmikit fyrir sem áðr eða meira.

Þat bar til, at griðungr hljóp ór skógi, er þeir Karlsefni áttu, ok gellr hátt. Þetta fælast Skrælingar ok hlaupa út á keipana ok reru síðan suðr fyrir landit. Verðr þá ekki vart við þá þrjár vikur í samt.

En er sjá stund var liðin, sjá þeir fara sunnan mikinn fjölða Skrælingaskipa, svá sem straumr stæði. Var þá trjánum öllum veift andsælis, ok ýla upp allir mjök hátt. Þá tóku þeir Karlsefni rauðan skjöld ok báru at móti.

Skrælingar hlupu af skipum, ok síðan gengu þeir saman ok börðust. Varð þar skothríð hörð, því at Skrælingar höfðu valslöngur.

Þat sá þeir Karlsefni, at Skrælingar færðu upp á stöng knött stundar mikinn, því nær til at jafna sem sauðarvömb, ok helzt blán at lit, ok fleygðu af stönginni upp á landit yfir lið þeira Karlsefnis, ok lét illiliga við, þar sem niðr kom.

Við þetta sló ótta miklum á Karlsefni ok allt lið hans, svá at þá fýsti einskis annars en flýja ok halda undan upp með ánni, því at þeim þótti lið Skrælinga drífa at sér öllum megin, ok létta eigi fyrr en þeir koma til hamra nökkurra ok veittu þar viðtöku harða.

Freydís kom út ok sá, at þeir Karlsefni heldu undan, ok kallaði: "Hví rennið þér undan þessum auvirðismönnum, svá gildir menn sem þér eruð, er mér þætti sem þér mættið drepa niðr svá sem búfé? Ok ef ek hefða vápn, þætti mér sem ek skylda betr berjast en einnhverr yðvar."

Þeir gáfu engan gaum hennar orðum. Freydís vildi fylgja þeim ok varð seinni, því at hon var eigi heil. Gekk hon þó eftir þeim í skóginn, en Skrælingar sækja at henni. Hon fann fyrir sér mann dauðan. Þar var Þorbrandr Snorrason, ok stóð hellusteinn í höfði honum. Sverðit lá bert í hjá honum. Tók hon þat upp ok býst at verja sik. Þá kómu Skrælingar at henni. Hon dró þá út brjóstit undan klæðunum ok slettir á beru sverðinu. Við þetta óttast Skrælingar ok hljópu undan á skip sín ok reru í brott. Þeir Karlsefni finna hana ok lofa happ hennar.

Tveir menn fellu af þeim Karlsefni, en fjölði af þeim Skrælingum. Urðu þeir Karlsefni ofrliði bornir ok fóru nú heim eftir þetta til búða sinna ok bundu sár sín ok íhuga, hvat fjölmenni þat mundi verit hafa, er at þeim sótti af landinu ofan. Sýnist þeim nú sem þat eina mun liðit verit hafa, er af skipunum kom, en hitt fólkit mun verit hafa sjónhverfingar.

Þeir Skrælingar fundu ok mann dauðan, ok lá öx í hjá. Einn þeira tók upp öxina ok höggr með tré ok þá hverr at öðrum, ok þótti þeim vera gersimi ok bíta vel. Síðan tók einn ok hjó í stein, svá at brotnaði öxin, ok þá þótti þeim engu nýt, er eigi stóðst grjótit, ok köstuðu niðr.

Þeir Karlsefni þóttust nú sjá, þótt þar væri landskostir góðir, at þar myndi jafnan ótti og ófriðr á liggja af þeim, er fyrir bjuggu.

Síðan bjuggust þeir á brottu ok ætluðu til síns lands ok sigldu norðr fyrir landit ok fundu fimm Skrælinga í skinnhjúpum, sofnaða, nær sjó. Þeir höfðu með sér stokka ok í dýramerg, dreyra blandinn. Þóttust þeir Karlsefni þat skilja, at þessir menn myndi hafa verit gervir brott af landinu. Þeir drápu þá. Síðan fundu þeir Karlsefni nes eitt ok á fjölða dýra. Var nesit at sjá sem mykiskán væri, af því at dýrin lágu þar um nætrnar.

Nú koma þeir Karlsefni aftr í Straumfjörð, ok váru þar fyrir alls gnóttir þess, er þeir þurftu at hafa.

Þat er sumra manna sögn, at þau Bjarni ok Guðríðr hafi þar eftir verit ok tíu tigir manna með þeim ok hafi eigi farit lengra, en þeir Karlsefni ok Snorri hafi suðr farit ok fjórir tigir manna með þeim ok hafi eigi lengr verit í Hópi en vart tvá mánuði ok hafi sama sumar aftr komit.

Karlsefni fór þá einu skipi at leita Þórhalls veiðimanns, en annat liðit var eftir, ok fóru þeir norðr fyrir Kjalarnes, ok berr þá fyrir vestan fram, ok var landit á bakborða þeim. Þar váru þá eyðimerkr einar allt at sjá fyrir þeim ok nær hvergi rjóðr í. Ok er þeir höfðu lengi farit, fellr á af landi ofan ór austri ok í vestr. Þeir lögðu inn í árósinn ok lágu við inn syðra bakkann.

12. Brottför af Vínlandi.

Þat var einn morgin, er þeir Karlsefni sá fyrir ofan rjóðrit flekk nökkurn, sem glitraði við þeim, ok æpðu þeir á þat. Þat hrærðist, ok var þat einfætingr ok skauzt ofan á þann árbakkann, sem þeir lágu við. Þorvaldr Eiríksson rauða sat við stýri, ok skaut einfætingr ör í smáþarma honum.

Þorvaldr dró út örina ok mælti: "Feitt er um ístruna. Gott land höfum vér fengit kostum, en þó megum vér varla njóta." Þorvaldr dó af sári þessu litlu síðar.

Þá hleypr einfætingr á braut ok suðr aftr. Þeir Karlsefni fóru eftir honum ok sá hann stundum. Þat sá þeir síðast til hans, at hann hljóp á vág nökkurn. Þá hurfu þeir Karlsefni aftr. Þá kvað einn maðr kviðling þenna:

Eltu seggir,
allsatt vas þat,
einn einfæting
ofan til strandar,
en kynligr maðr
kostaði rásar
hart of stopir.
Heyr, Karlsefni.

Þeir fóru þá í brott ok norðr aftr ok þóttust sjá Einfætingaland. Vildu þeir þá eigi hætta liði sínu lengra. Þeir ætluðu öll ein fjöll, þau, er í Hópi váru, ok þessi, er nú fundu þeir, ok þat stæðist mjök svá á ok væri jafnlangt ór Straumfirði beggja vegna.

Inn þriðja vetr váru þeir í Straumfirði. Gengu menn þá mjök í sveitir, ok varð þeim til um konur, ok vildu þeir, er ókvæntir váru, sækja til í hendr þeim, sem kvæntir váru, ok stóð af því in mesta óró. Þar kom til it fyrsta haust Snorri, sonr Karlsefnis, ok var hann þá þrévetr, er þeir fóru brott.

Þá er þeir silgdu af Vínlandi, tóku þeir suðræn veðr ok hittu þá Markland ok fundu þar Skrælinga fimm, ok var einn skeggjaðr, konur váru tvær ok börn tvau. Tóku þeir Karlsefni sveinana, en hinir kómust undan, ok sukku þeir Skrælingar í jörð niðr. Sveina þessa tvá höfðu þeir með sér. Þeir kenndu þeim mál, ok váru skírðir. Þeir nefndu móður sína Vethildi ok föður Óvægi. Þeir sögðu, at konungar stjórnuðu Skrælingum, ok hét annarr þeira Avaldamon, en annarr Avaldidida. Þeir kváðu þar engin hús. Lágu menn þar í hellum eða holum. Þeir sögðu þar liggja land öðrum megin gagnvart sínu landi, er þeir menn byggðu, er váru í hvítum klæðum ok báru stangir fyrir sér, ok váru festar við flíkr ok æpðu hátt, ok ætla menn, at þat hafi verit Hvítramannaland eða Írland it mikla.

Nú kómu þeir til Grænlands ok eru með Eiríki rauða um vetrinn.

13. Ævilok Bjarna Grímólfssonar.

Þá Bjarna Grímólfsson bar í Írlandshaf ok kómu í maðksjó, ok sökk drjúgum skipit undir þeim. Þeir höfðu bát þann, er bræddr var með seltjöru, því at þar fær eigi sjómaðkr á. Þeir gengu í bátinn, ok sá þeir þá, at þeim mátti hann eigi öllum vinnast.

Þá mælti Bjarni: "Af því at bátrinn tekr eigi meira en helming manna várra, þá er þat mitt ráð, at menn sé hlutaðir í bátinn, því at þetta skal ekki fara at mannvirðingu."

Þetta þótti öllum svá drengiliga boðit, at engi vildi móti mæla. Gerðu þeir svá, at þeir hlutuðu mennina, ok hlaut Bjarni at fara í bátinn ok helmingr manna með honum, því at bátrinn tók ekki meira.

En er þeir váru komnir í bátinn, þá mælti einn íslenzkr maðr, er þá var í skipinu ok Bjarna hafði fylgt af Íslandi: "Ætlar þú, Bjarni, hér at skiljast við mik?"

Bjarni svaraði: "Svá verðr nú at vera."

Hann svaraði: "Öðru hézt þú föður mínum, þá er ek fór af Íslandi með þér, en skiljast svá við mik, þá er þú sagðir, at eitt skyldi ganga yfir okkr báða."

Bjarni svaraði: "Eigi skal ok svá vera. Gakk þú hingat í bátinn, en ek mun upp fara í skipit, því at ek sé, at þú ert svá fúss til fjörsins."

Gekk Bjarni þá upp í skipit, en þessi maðr í bátinn, ok fóru þeir síðan leiðar sinnar, til þess er þeir kómu til Dyflinnar í Írlandi, ok sögðu þar þessa sögu.

En þat er flestra manna ætlan, at Bjarni ok þeir menn, sem í skipinu váru með honum, hafi látizt í maðksjónum, því at ekki spurðist til þeira síðan.

14. Karlsefni ok Guðríðr fara til Íslands.

Annat sumar eftir fór Karlsefni til Íslands ok Guðríðr með honum ok fór heim í Reynines. Móður hans þótti sem hann hefði lítt til kostar tekit, ok var hon eigi heima inn fyrsta vetr. En er hon reyndi, at Guðríðr var kvenskörungr mikill, fór hon heim, ok váru samfarar þeira góðar.

Dóttir Snorra Karlsefnissonar var Hallfríðr, móðir Þorláks byskups Runólfssonar. Þau áttu son, er Þorbjörn hét. Hans dóttir hét Þórunn, móðir Bjarnar byskups. Þorgeirr hét sonr Snorra Karlsefnissonar, faðir Yngvildar, móður Brands byskups ins fyrra.

Ok lýkr hér þessi sögu.

ABOUT THE EDITOR

VolundR L. Agnarsson, is a Desert Storm Veteran, father, and loyal husband. He has been active in law enforcement since leaving the Army in 1992. His spare time has been spent writing for magazines and building websites focusing on the ancient religious practices of the Teutonic people. He has written a collection of traditional fairy tales as told from the ancient perspective, ceremonies and religious works, compiled an Old Norse Dictionary, as well as numerous articles on the esoteric cosmology of the ancient Norse. He has also taught classes on the Runes and released other titles such as "Old Norse Religion, A Family Tradition, The Skergard Handbook". Now that his son has grown up he likes to spend time with his wife and their pugs on his days off, enjoying the gulf coast, meeting new friends and working on a new series of books for children of the Asa-Faith.

CPSIA information can be obtained
at www.ICGtesting.com
Printed in the USA
LVOW10s0321180518
577654LV00019B/831/P